ஹேஸல் எட்வர்ட்ஸ்

ஆஸ்திரேலிய இலக்கியத்தில் குழந்தைகளுக்காக எழுதும் படைப்பாளிகளில் ஹேஸல் எட்வர்ட்ஸ் மிக முக்கியமானவர். 200க்கும் மேலாகப் புத்தகங்களை எழுதியிருக்கும் இவருடைய படைப்புகளில் 180 புத்தகங்கள் உலகின் பல்வேறு மொழிகளில் மொழிபெயர்க்கப்பட்டிருக்கின்றன. இவருடைய Hippopotamus on Our Roof Eating Cake என்னும் சித்திரக் கதை மிகவும் பிரபலமானது. இது உலக அளவில் ஒரு க்லாசிக் என்ற அந்தஸ்தைப் பெற்றிருக்கிறது. அன்டார்டிக்காவைக் குறித்த இவருடைய ஈடுபாடு 2001இல் ஆஸ்திரேலிய அன்டார்டிக்கா ஆய்வுக் குழுவுடன் இவர் அக்கண்டத்துக்குப் பயணம் மேற்கொள்ளக் காரணமாக அமைந்து, அக்கண்டத்தைப் பற்றிப் பல புத்தகங்களை எழுதத் தூண்டுதலாக இருந்திருக்கிறது.

குழந்தைகளின் பல்வேறு விஷயங்கள், பிரச்சினைகள் தன்னை மிகவும் ஈர்த்து, அவற்றில் ஈடுபடவைக்கின்றன என்று சொல்லும் ஹேஸல் எட்வர்ட்ஸ், தன்னுடைய பேரார்வம் கேள்விகள் கேட்பதும், அசாதரணமான இடங்களைக் குறித்து ஆராய்ச்சி செய்வதும்தான் என்கிறார். "தன்னைவிட வித்தியாசமாக இருப்பவர்களைக் குறித்த சகிப்பின்மைதான் இப்போது இருக்கும் உலகத்தில் நான் மாற்ற விரும்பும் ஒன்று" என்கிறார் ஹேஸல் எட்வர்ட்ஸ்.

2013இல் ஆஸ்திரேலிய அரசின் OAM என்ற உயர் விருதைப் பெற்றிருக்கிறார். இவர் பெண் எழுத்தாளர்கள் சங்கத்தின் புரவலராகவும் இருக்கிறார்.

* * * * *

மீனாட்சி ஹரிஹரன்

மீனாட்சி ஹரிஹரன் தமிழக அரசின் கல்விப் பணியில் முப்பத்திரண்டு ஆண்டுகள் பேராசிரியராகப் பணியாற்றியவர். குழந்தைகள் இலக்கியத்தில் ஆர்வமுள்ள இவர், ஆஸ்திரேலியாவில் வுல்லங்காங் பல்கலைக்கழகத்திலும் டீக்கின் பல்கலைக்கழகத்திலும் ஆய்வுகள் மேற்கொண்டு ஆய்வுக் கட்டுரைகளை எழுதியிருக்கிறார்.

போல் அடையாளம்

ஹேஸல் எட்வர்ட்ஸ்

தமிழில்
மீனாட்சி ஹரிஹரன்

க்ரியா

Cre-A: is a contributor to Bookshare, the world's largest online digital library for people with print disabilities.

Poli Adaiyalam, a Tamil translation of the English novella of ***Fake ID*** by ***Hazel Edwards***

Fake ID © Hazel Edwards 2002

Translated by: Meenakshi Hariharan

Poli Adaiyalam © Meenakshi Hariharan

Illustrations and cover: P. Manivannan

First Edition: September 2018

Published by:
Cre-A:
New No. 2 Old No 25
17th East Street
Kamarajar Nagar
Thiruvanmiyur
Chennai - 600 041
crea@crea.in
www.crea.in

Printed at:
Sudarsan Graphics Pvt. Ltd.,
Chennai - 600 041

ISBN: 978-93-82394-36-5

Price: Rs. 195

ஆஸ்திரேலியக்
கல்விப்புல நண்பர்களுக்கும்
படைப்பாளிகளுக்கும்.

	நன்றி	7
	இந்த நெடுங்கதையைப் பற்றி...	9
1	... என்றும் அழைக்கப்படும்	11
2	மேலே போக முடியாது	19
3	இறந்தவர்கள் சங்கம்	31
4	www.இறுதி நினைவுகள்.com	54
5	அறங்காவலர்	60
6	பதில்பதிவுத் தொலைபேசி	73
7	DNA	77
8	புதிரான பெண்	94
9	மோசடி	116
10	கடைசி பைட்கள்	136
11	ல்யூக்கின் எச்சரிக்கை	142
12	பதில் கிடைக்காத கேள்விகள்	149

நன்றி

- ‘சென்னைப் பல்கலைக்கழக சர்வதேச மைய’த்தின் பொறுப்பாளர்களாக இருந்து ‘சர்வதேச ஆராய்ச்சிப் பரிமாற்றம்’ திட்டத்தின் கீழ் ‘ஆஸ்திரேலிய இந்திய அவை’யின் உதவியுடன் வுல்லங்காங் பல்கலைக்கழகத்திற்கு என்னை ஆய்வுக்கு அனுப்ப வகைசெய்த பேராசிரியர்கள் ஜி. கோடீஸ்வர பிரசாத் அவர்களுக்கு, C. T. இந்திரா அவர்களுக்கு;
- வுல்லங்காங் பல்கலைக்கழகப் பேராசிரியர் பால் ஷராட் அவர்களுக்கு;
- இரண்டாவது முறை நான் ஆஸ்திரேலியாவுக்கு ஆய்வுக்காக டீக்கின் பல்கலைக்கழகத்திற்குச் செல்ல உதவிய ‘ஆஸ்திரேலிய இந்திய அவை’க்கு;
- இந்த மொழிபெயர்ப்பில் மிகுந்த ஆர்வம் காட்டி எனக்கு ஆதரவாக இருந்த, நான் பணியாற்றிய ராணி மேரி கல்லூரியின் முன்னாள் முதல்வரும், ஆங்கிலத் துறைத் தலைவருமான பேராசிரியர் யூஜினி பின்டோ அவர்களுக்கு;
- ‘ஆஸ்திரேலிய இந்திய அவை’யின் பொறுப்பில் இருந்த ஆஷா தாஸ், அபர்ணா குப்தா ஆகியோருக்கு;
- ‘உலகக் குழந்தை இலக்கிய அமைப்’பின் தலைவரும் டீக்கின் பல்கலைக்கழகத்தின் ஆங்கில இலக்கியத் துறைத் தலைவருமான பேராசிரியர் க்ளார் ப்ராட்ஃபோர்டு அவர்களுக்கு;
- மெல்பொர்னில் என்னைச் சந்தித்து தான் எழுதியிருக்கும் வளர்சிறார் புதினங்களை எனக்கு அளித்து, இந்த நாவலை அறிமுகப்படுத்திய ஹேஸல் எட்வர்ட்ஸ் அவர்களுக்கு;

- இந்த நெடுங்கதை மொழிபெயர்ப்பில் கணினித் தொடர்பான வழக்குகள், ஆஸ்திரேலியர்கள் பயன்படுத்தும் ஆங்கிலம் போன்ற வற்றை எனக்கு விளக்கிக் கூறிய ஹேஸல் எட்வர்ட்ஸ், பேராசிரி யர்கள் ஜூடித் ரோட்ரிகெஸ், இனஸ் பாரனே, சி. ஏ. க்ரான்ஸ்டன், கட்ரியோனா எல்டர், டெரிஸா கானன், மிருதுளா ஸயத் ஆகி யோருக்கு;
- மொழிபெயர்ப்பைப் படித்து, செம்மைபடுத்த உதவிய பேராசிரி யர்கள் ராஜகோபால், ஸ்ரீதேவி, என் கணவர் ஹரிஹரன் ஆகி யோருக்கு.

மீனாட்சி ஹரிஹரன்

இந்த நெடுங்கதையைப் பற்றி...

'போலி அடையாளம்' என்னும் இந்த நெடுங்கதை Techno-Gothic* என்னும் இலக்கிய வகையைச் சேர்ந்தது. 'காதிக்' வகைப் படைப்புகளில் சூழல் மர்மம் நிறைந்ததாகவும், சற்றே மனக்கிலேசத்தை உண்டுபண்ணுவதாகவும் இருக்கும். நடக்கப்போவது இன்னது என்று தெரியாத, அறிந்தது அறியப்படாததாக மாறும் உலகம்; இயற்கை விசித்திர மானதொரு சக்தியாக உருமாறுவது; இவையெல்லாம் இவ்வகை இலக்கியத்தில் பகுத்தறியும் புலன்களுக்கப்பால் கற்பனையைச் செலுத்தும் உந்துவிசைகள்.

Techno-Gothicஇல் தொழில்நுட்பம் மேற்கூறிய அம்சங் களை ஒரு படைப்புக்குள் அமைத்து, புதிய விதத்தில் மர் மத்தையும் ஆவலையும் தூண்டிவிடும். 'காதிக்' படைப்பு களின் அம்சங்களாகக் காணப்படும் மரணம், இழப்பு, தனிமை போன்றவை தொழில்நுட்பத்தின் வாயிலாகக் கூடு தல் கூர்மை அடையும்.

'போலி அடையாளம்' நெடுங்கதையில் நடப்பது இது தான்: தான் அறிந்திருந்த பாட்டி, **"என் மரணத்திற்கு முன் திறக்கக் கூடாது"** என்ற ஒரே வாக்கியத்துடன் மரணத் திற்குப் பின் பதின்ம வயதுப் பேத்திக்குத் திடீரென்று அறி யாதவளாக மாறிவிடுகிறாள். சிதறிப்போன குடும்பத்தின்

ஒரு பகுதியாக, தன் அம்மா அன்டார்ட்டிக்காவில் ஆய்வுப் பணிகளுக்காக 'பனிக் காலர்' என்ற முறையில் சென்றிருக்கும் சமயத்தில் நிகழும் பாட்டியின் மரணத்தை எதிர்கொள்ளும் சூழ்நிலையில், பாட்டி யாராக இருந்திருந்தாள் என்பது பெரிய, புதிர் நிறைந்த கேள்வியாக அவள்முன் எழுகிறது.

தகவல் தொழில்நுட்பத்தின் வசீகரத்தை வரித்துக் கொண்ட இன்றைய தலைமுறையின் பிரதிநிதியான அவள் நண்பன், இந்தக் கேள்விக்குப் பதில் தேடும் முயற்சியில் அவளுடன் ஈடுபட்டு, 'இறந்தவர்கள் சங்கம்', 'இறுதி நினைவுகள்.com' என்ற தளங்களின் வழியே அவளை இட்டுச் செல்கிறான். பாட்டி யாராக இருந்தாள் என்ற இந்தத் தேடலின் பின்னணியில் ஆஸ்திரேலியச் சமூகத்தில் குடும்பம் என்ற அமைப்பு, பதின்ம வயதுப் பெண் எதிர் கொள்ளும் பிரச்சினைகள், உணர்ச்சிபூர்வமான கேள்விகள், பிறந்த நாட்டை விட்டு அரசியல் காரணங்களுக்காகக் குடியேறியவர்களின் உளவியல் என்று பல இழைகள் இந்த நெடுங்கதைக்கு ஈர்ப்பைச் சேர்க்கின்றன.

---

*   *காண்க:* Meenakshi Hariharan and C. T. Indra. 'Negotiating Immigrant Identity: Hazel Edwards' Fake ID as a Techno-Gothic Child Narrative. Special issue. 'India, India' *Southerly*, Volume 70, November 3, 2010. pp. 253-271.

1

... என்றும் அழைக்கப்படும்

'என் மரணத்திற்கு முன் திறக்கக் கூடாது.'

உறையின் மீது கறுப்பு மையில் கொட்டை எழுத்துகளில் எழுதப்பட்டிருந்தது.

அதனால் நான் உறையைப் பிரித்தேன்.

பாட்டி இறந்துவிட்டாள். அதனால் உறையைத் திறப்பது சரிதான். பாட்டியின் இறுதிச் சடங்கன்று அவளுக்கு விடைகொடுத்தனுப்ப வேண்டும், அவளுடைய உடைமைகளை மூட்டை கட்ட வேண்டும், அவளுடைய நாயைப் பார்த்துக்கொள்வதற்கு ஏற்பாடு செய்ய வேண்டும் என்பதையெல்லாம் எதிர்பார்த்திருப்போம்; ஆனால், அவள் வேறு யாராகவோ இருந்தாள் என்பது தெரியவரும் என்று எதிர்பார்த்திருக்க மாட்டோம்.

போலி அடையாளம். அதுதான் பாட்டி வைத்திருந்தது, பல வருடங்களாக. அவள் உண்மையிலேயே யார் என்று எனக்கு இப்போது தெரியாது. ஆனால், அதைத்தான் நான் கண்டுபிடிக்கப்போகிறேன். நான் கட்டாயம் அதைச் செய்தாக வேண்டும்.

O

"இதோ, இந்தப் பெட்டியில் ஏதேதோ காகிதங்கள் இருக்கின்றன" என்று பக்கத்து வீட்டுக்காரி டோனா சொன்னாள். "எல்லாம் சரியாக இருக்கிறதா என்று பார்க்க அறங்காவலர் சற்று நேரத்தில் வருவார். உன்னிடம் இதைக் கொடுப்பது சரிதான் என்று நினைக்கிறேன். ஆஸ்திரேலியாவில் நீதானே அவளுக்கு நெருங்கிய உறவு. அதுதான் இன்று உன்னை முக்கியமானவளாக ஆக்குகிறது."

இருக்கலாம். ஒருவேளை அப்படி இல்லாமலும் இருக்கலாம். மற்ற நாட்களில் நான் சாதாரணமானவள்தான். என் பெயர்கூட சாதாரணமானது. நான் கடைசியாகப் படித்த பள்ளியில் நான்கு பெண்கள் ஜோயி என்ற பெயரில் இருந்தார்கள். ஆனால், இந்தப் பாட்டியின் விவகாரம் அசாதாரணமானதுதான். இப்போதுதான் அது எனக்குத் தெரியவந்திருக்கிறது.

சற்று பயம் தரும் விஷயங்கள்தான், இந்த இறுதிச் சடங்குகள். இதற்கு முன் ஒரே ஒரு முறைதான் இறுதிச் சடங்குக்குப் போயிருக்கிறேன். அது ஜேயினுடையது. ஜே எங்களுடன் எட்டாவது வகுப்பில் படித்தவன். அடக்க ஆராதனையின்போது நாங்கள் பிழியப்பிழிய அழுதோம். அந்த மரணம் திட்டமிடப்பட்டதா அல்லது மரணம் உங்களைத் தடுத்து நிறுத்திவிடுகிறதா? பதினைந்து வயதில் முக்கியமான விஷயங்களைச் செய்ய ஆரம்பிக்கிறீர்கள். செத்துப்போவது முக்கியமற்றது என்று சொல்லவில்லை. ஆனால், ஜேயைப் போல் கால்பந்துக் குழுவின் கம்பளி ஜெர்ஸியில், அதன்மேல் பொசுபொசுவென்ற விளையாட்டுப்

பொம்மை பொறித்த குழுவின் அடையாளத் துணியைப் போர்த்தியவாறு, ஒரு பெட்டியில் இருக்கும் நிலைக்கு வர யாரும் விரும்ப மாட்டார்கள்.

பாட்டி வித்தியாசமானவள். எப்போதுமே வித்தியாசமானவள்.

ஒரு வருடத்திற்கு முன் தாத்தா இறந்ததிலிருந்து பாட்டி தனியாகவே வாழ்ந்துவந்தாள். வயதான பெண்மணிகளில் பலர் பெல்லி நடனம் சொல்லிக்கொடுக்கும் வகுப்புக்குச் செல்வது, அல்லது இணையத்தைப் பயன்படுத்துவது போன்றவற்றைச் செய்வதில்லை. ஆனால், என் பாட்டி செய்தாள். இப்போது அவள் மாக்டாவாக மட்டும் இருந்திருக்கவில்லை என்று தெரியவருகிறது.

ஒருவர் அந்தரங்கமாகப் பயன்படுத்தும் சாமான்களை எவரும் நிச்சயமாகத் திறக்கக் கூடாது, முக்கியமாக, இது போன்ற எச்சரிக்கைகள் குறிக்கப்பட்டிருப்பதை. நான் பார்த்த பாட்டியாக அவள் தெரியவில்லை. மாக்டா என்ற அவளுடைய பெயர்கூடப் போலியாக இருந்திருக்க வேண்டும். அப்படியானால் உண்மையானது எது? உண்மை அல்லாதது எது?

‘என் மரணத்திற்கு முன் திறக்கக் கூடாது’ என்ற உறை மற்ற காகிதங்களுடன் ஆவணங்கள் வைக்கும் பெட்டியில் இருந்தது. அந்தப் பெட்டி மக்கிய வாடை அடித்தது. இருந்தாலும் பரவாயில்லை, வாசனைகளை நான் கவனிப்பேன்.

சாவி இல்லை. அதனால், காகிதங்களை இணைக்கும் க்ளிப் ஒன்றைப் பிரித்து, பூட்டைத் திறப்பதற்குப் பயன்படுத்தினேன். நீளமான அந்தக் கம்பியை நுழைத்துத் திருகியதும் அது சுலபமாகவே திறந்தது. அப்படிச் செய்தது எனக்கு ஒருமாதிரி இருந்தது. மன்னித்துக்கொள் பாட்டி. நான் நிச்சயம் கண்டுபிடித்தாக வேண்டும். எப்படியாக இருந்தாலும், **‘என் மரணத்திற்கு முன்’** என்று சொல்லப்பட்டிருந்தது. இன்று உன்னுடைய இறுதிச் சடங்கு நாளாகவும் இருக்கிறது.

ஆனால், எனக்குள் நானே பேசிக்கொள்வதை, எவராலும் கேட்க முடியாதே. சாலை இறக்கத்தில் கல்லறை வளாகத்தில் இருக்கும் அமரர் சிற்றாலயத்தில் அவள் இருப்பாள். அவள் வாழ்க்கையின் சிறுசிறு பகுதிகள் இன்னும் இங்கே என்னிடமும் இருக்கின்றன. அதாவது, அவள் என்னுடைய உண்மையான பாட்டியாக இருந்திருந்தால்.

ஏதோ பரீட்சையில் திருட்டுத்தனம் செய்வதுபோல என் மனத்துக்குள் ஒரு உணர்வு இருந்தது. உண்மையில் நான் எந்தப் பரீட்சையிலும் திருட்டுத்தனம் செய்ததில்லை. ஆனால், அந்த மாதிரி உணர்வுதான் இருந்தது என்று நினைக்கிறேன். பழைய காகிதங்களை வெளியில் எடுத்தபோது ஒருவிதக் கலக்க உணர்வு என் உடல் முழுவதும் பரவுவதுபோல் தோன்றியது. நான் நான்காம் வகுப்பு படிக்கும்போது ஒரு ரகசிய டைரி வைத்திருந்தேன்; இது அதைவிட வித்தியாசமானது.

மிகப் பழைய புகைப்படம் ஒன்று நான்காக மடிக்கப்பட்டு இருந்தது. அதன் மடிப்புகள் கிழியும் நிலையில் இருந்தன. அதற்குப் பின்புறம் இருந்த, கையால் எழுதிய பழுப்பு நிற எழுத்துகள் வளைந்து வளைந்து இருந்தன. நான்காக மடிக்கப்பட்டிருந்த புகைப்படம் துண்டு துண்டாகக் கிழிந்து விழுந்துவிடுமோ, அதனால், இருக்கும் ஒரு தடயத்தையும் இழந்துவிடுவேனோ என்று பயந்து, மிகவும் கவனமாக மடிப்பைப் பிரித்தேன்.

ஒளிவீசும் கண்களுடன் புகைப்படத்தில் இருந்த அவளுக்கு இருபது வயது இருக்கலாம். கேமராவை நோக்கிச் சிரித்தபடி இருந்தாள். சீருடையில் அவள் பக்கத்தில் கையினால் அவள் தோள்களைப் பற்றிக்கொண்டு நின்றிருந்த ஆண் அவளைவிட வயதில் மூத்தவராகத் தெரிந்தார். எந்த நாட்டின் சீருடை என்று எனக்குத் தெரியவில்லை. ஆனால், அது ஒரு வேலை தொடர்பான சீருடையாகத்தான் அது தெரிந்தது. அவர் ஒரு ராணுவ வீரராக இருக்கலாம் என்று தோன்றியது. ஆழ்ந்த சாம்பல் நிறக் கண்கள். சுருண்ட, கருமையான தலைமுடி. அனுபவங்கள் நிறைந்த ஒரு வாழ்க்கையில் அடிபட்டவர் போன்ற முகம். நாலும்

தெரிந்தவர் அல்லது பல அசாதாரணச் செயல்களைச் செய்தவர்போலத் தெரிந்தார்.

''ஜோயி, நீ வருகிறாயா?''

''இதோ ஒரு நிமிடத்தில் வருகிறேன்'' என்று நான் கீழ்த்தளத்தைச் சுத்தம் செய்துகொண்டிருந்த திருமதி டோனாவுக்குக் குரல் கொடுத்தேன். ஒரு ரப்பர் வளையத்தால் சுற்றப்பட்ட கற்றை தபால் அட்டைகள் **'டியூனாவுக்காக'** என்று கிறுக்கப்பட்ட ஒரு சீட்டுடன் இருந்தன. இந்த டியூனா யாராக இருக்கும்? டியூனா மீனா? இது ஒரு பட்டப் பெயரா? வெளிநாடுகளிலிருந்து வந்த சில கடிதங்கள் ஒரு நாடாவால் கட்டிவைக்கப்பட்டிருந்தன. காதல் கடிதங்களாக இருக்கலாமோ? அவை காதல் கடிதங்களாக இருக்குமானால், என்னால் வாசிக்க முடிந்தால்கூட, அவற்றைத் துருவிப் பார்ப்பது வக்கிரம். நான் இறுதிச் சடங்கு முடியும்வரை காத்திருந்து, பிறகு மின்னஞ்சல் அனுப்பி, அம்மா என்ன நினைக்கிறாள் என்று கேட்கலாம்.

இல்லை. நானேதான் இதற்குத் தீர்வு காண வேண்டும். அம்மா இங்கு இல்லை என்பதால்தான் நான் ல்யூக்கின் குடும்பத்துடனும் அவர்களுடைய முசுட்டுப் பூனையுடனும் தங்கியிருக்கிறேன். புஸ் என்று அழைக்கப்பட்ட அந்தப் பூனைக்கு மற்றவர்களைக் கவரும் தன்மை இல்லை. ஆனால், ல்யூக்கின் குடும்பத்தினர் அவ்வாறு இல்லை. அவர்கள் விரும்பத்தக்கவர்கள்.

அந்தப் புகைப்படத்தைப் பாட்டி ஒளித்துவைக்க நினைத்திருந்தால் அவள் அதை எரித்திருக்க முடியும். எனவே, நாங்கள் அதைப் பார்க்க வேண்டுமென்றே அவள் நினைத்திருக்கிறாள். அந்தப் புகைப்படத்தில் இருந்த மனிதர் பாட்டிக்கு மிகவும் வேண்டியவராக இருக்கலாம். அவர் இளம் வயது தாத்தாவைப் போல இல்லை. அவர் தலைமுடி விசித்திரமான நிறத்தில் இருந்தது. அந்தப் புகைப்படத்தின் மறுபக்கத்தில் கறை படிந்த காப்பி நிறத்தில் இரண்டு பெயர்கள் கிறுக்கப்பட்டிருந்ததைப் பார்த்தேன்.

அது என்ன M மாதிரி இருக்கிறதே? அல்லது D? கூட ஒரு T. வளைவுகளுடன் இருந்ததால் புரியவில்லை. சின்னப் பெயர்கள், சங்கிலி போன்ற எழுத்துகள். அவளுடைய கடந்தகாலத்தைப் பற்றிய கிறுக்கல் தடயங்கள். ஆனால், அதை யார் இன்னது என்று சொல்ல முடியும்? ஒருவேளை போலி அடையாளம் எடுத்துக்கொள்வதற்கு முன்பு பாட்டியை அறிந்தவர்கள், அவள் ஏன் அப்படிச் செய்தாள் என்பதுபற்றித் தெரிந்தவர்கள் இப்போது உயிருடன் இல்லை போலிருக்கிறது.

அந்தப் புகைப்படத்திலிருந்த ஜோடியின் பின்னால் புகை சூழ்ந்து போர் அல்லது புரட்சி போலவும், ஒரு கொடியும், எரிந்துகொண்டிருக்கிற கட்டடங்களும் இருப்பதுபோல் தெரிந்தன. சாம்பல் நிற உலகம். கொடிகூடப் புகையால் சூழப்பட்டிருந்ததால், நிறங்கள் எதுவும் தெரியவில்லை. அவர்கள் எந்த நாட்டில் இருந்தார்கள் என்பதைச் சொல்வதுகூடக் கடினமாக இருந்தது.

நான் ஆவணப் பெட்டிக்குள் துழாவினேன். எல்லாவற்றுக்கும் கீழே, பாட்டியின் புகைப்படத்துடனும், தெளிவற்ற தேதி முத்திரையுடனும் ஒரு அடையாள அட்டை இருந்தது. நான் என் மூக்கின் அருகே கொண்டுபோனேன். அதில் ஒரு மக்கிய வாடை அடித்தது. நான் அதை வாசிக்க முயன்றேன். பிறந்த தேதி இருந்தது. ஆனால், எண்களை வாசிப்பது கடினமாக இருந்தது. குடும்பத்தின் பெயர் இருந்தது. கிறுக்கலான கையெழுத்து இருந்தது. ஆனால், பெயர் தவறாக இருந்தது. கிஸ் என்ற பெயர். சரிதான். நிறைய பெண்கள் திருமணத்திற்குப் பிறகு தங்கள் பெயர்களை மாற்றிக்கொள்வார்கள். அது இயல்புதான். ஆனால், தாத்தாவின் பெயர் கோவாக்ஸ். திருமணத்திற்கு முன் பாட்டியின் பெயர் கோன்யா. கிஸ் அல்ல. ஏன் பெயர் தவறாக இருக்கிறது?

ஓரங்களில் பழுப்பு நிறத்துடன், **1956** என்று தேதியிடப்பட்டு, கத்தரிக்கப்பட்ட செய்தித்தாள் துண்டில் ஒரு விளையாட்டு வீரனின் புகைப்படம் இருந்தது. எனக்கு ஹங்கேரிய மொழியைப் படிக்க முடியவில்லை. ஒன்பதாம் வகுப்பில் வீட்டுப்பாடம் எழுதும்வரை, பாட்

டிக்கு எத்தனை மொழிகள் தெரிந்திருந்தன என்பதும், அதில் ஹங்கேரிய மொழியும் ஒன்று என்பதும் எனக்குத் தெரியாமலேயே இருந்தது. கோப்புகள் வைக்கும் அலமாரிபோல் அவள் மனதில் நிறைய பிரிவுகள் இருந்திருக்க வேண்டும் என்று தோன்றியது.

"சீக்கிரம் கிளம்பு. இல்லையென்றால் அடக்க ஆராதனைக்கு நேரமாகிவிடும்" டோனாவின் குரல் மிக அருகில் கேட்டது. "இது ரொம்ப அதிகம்" என்கிற தொனி அவள் குரலில் தெரிந்ததால், அந்த ரகசியக் காகிதங்களை என் முதுகுப்பைக்குள் திணித்துக்கொண்டேன்.

வயதுவராதவர்கள் போலி அடையாள அட்டையைக் குறைந்த கட்டணத்தில் பயணம் செய்வதற்கோ அல்லது வயது குறைவாக இருக்கும் போது இரவு கிளப்புகளுக்குள் நுழைவதற்கோ—நானே ஒரு தடவை அந்த மாதிரி செய்திருக்கிறேன்—பயன்படுத்துகிறார்கள். ஆனால், என்னுடைய பாட்டி, அவள் ஆஸ்திரேலியாவில் இருந்தபோது, ஏன் போலி அடையாள அட்டையைப் பயன்படுத்தினாள்? காவல்துறையின் கோப்புகளில் 'என்பவர்' இன்னொரு பெயரிலும் அழைக்கப்படுகிறார் என்பதுபோல எவ்வளவு 'என்பவர்' பெயர்களைப் பாட்டி வைத்திருந்தாள்?

எனவே நான் பதில் அளிக்கப்படாத பல விதமான கேள்விகளுடன் பாட்டியின் வீட்டை விட்டுக் கிளம்பினேன். இறுதிச் சடங்குக்குச் செல்வதற்காகத் திருமதி டோனா ஓட்டிக்கொண்டு வந்திருந்த மிகச் சிறிய காரில் ஏறிய பிறகுதான் **'என் மரணத்திற்கு முன் திறக்கக் கூடாது'** என்று எழுதப்பட்டிருந்த உறையில் உயில் இல்லை என்பது எனக்கு உறைத்தது.

"பாட்டி உயில் எழுதி வைத்துவிட்டுச் சென்றாளா? இறுதிச் சடங்கு எவ்வாறு நடத்தப்பட வேண்டும் என்ற தனது விருப்பத்தைச் சொன்னாளா?" என்று திருமதி டோனாவைக் கேட்டேன்.

திருமதி டோனா 'இல்லை' என்று தன் தோள்களைக் குலுக்கினாள். பின்னர் டிஷ்யூ காகிதங்களை என்னிடம் கொடுத்தாள். "அறங்காவலர்

கள் அதுபற்றி உன் அம்மா கேட்டிற்கு மின்னஞ்சல் அனுப்பியிருக்கிறார்கள். நான் உன்னுடைய பாட்டியின் உயிலுக்குச் சாட்சியாக ஒரு போதும் இருந்ததில்லை. ஆனால், மற்றவர்கள் இருந்திருக்கலாம். ஏனென்றால், இரண்டு சாட்சிகள் தேவை. உன் தாத்தாவின் உயில் தொடர்பான குழப்பத்திற்குப் பிறகு, அவருடைய சொத்து பாட்டிக்குக் கிடைத்ததா என்பது எனக்குத் தெரியாது.''

என்ன ஆர்ப்பாட்டம்! போன வருடம் சலிப்பு ஏற்படுத்தும் உயில்களைப் பற்றியெல்லாம் எனக்குத் தெரிந்திருக்கவில்லை. ஆனால், இந்த வரலாற்று வீட்டுப்பாடத்தை எழுதிய பிறகுதான் மனிதர்கள் சில முக்கியமான விஷயங்களைத் தங்கள் உயில்களில் எழுதுவார்கள் என்பதையும், யார் யாருக்கு என்னென்ன போய்ச்சேர வேண்டும் என்பதையும் எழுதுவார்கள் என்பதையும் தெரிந்துகொண்டேன். பாட்டியின் உயிலில், அவள் எங்கிருந்து வந்தாள், அவள் பெயர், தேதிகள் போன்றவை ஏன் மாற்றப்பட்டன என்பதையெல்லாம் சொல்லியிருந்தால் மிகவும் உதவியாக இருந்திருக்கும். அவள் என்னிடம் சொல்ல ஆரம்பித்திருந்தாள். ஆனால், பிறகு தடைபட்டுவிட்டது.

''துடைக்கும் இந்த டிஷ்யூக்களை உன் பையிலேயே வைத்துக் கொள், உனக்கு அவை சீக்கிரமே தேவைப்படலாம்'' என்றாள் திருமதி டோனா.

''நன்றி, திருமதி டோனா'' நான் டிஷ்யூக்களை எடுத்துக்கொண்டேன்.

''என்னை நெல் என்றே கூப்பிடு'' என்றாள்.

உயில்களை மக்கள் எங்கே வைப்பார்கள்? உயிலைத் தேடுவதற்கு இப்போது நேரம் இல்லை. முதலில் இறுதிச் சடங்கு, பிறகு இறப்பு சம்பந்தப்பட்ட விஷயங்கள். ஒருவேளை தேவைப்பட்டால் இருக்கட்டுமே என்று கொஞ்சம் 'க்ளீநெக்ஸ்' டிஷ்யூக்களை என் சட்டைப் பைக்குள் திணித்துக்கொண்டேன்.

O

2

மேலே போக முடியாது

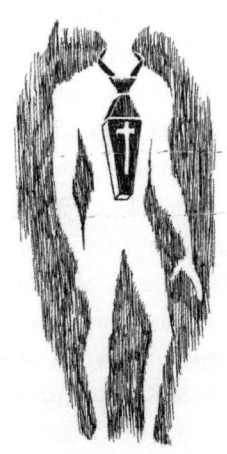

சிவப்பு, இளஞ்சிவப்பு, மஞ்சள் ரோஜாப் புதர்கள் சிற்றாலயத்திற்குப் போகும் வழியில் இருந்தன. நிறைய சிற்றாலயங்கள். ஒரு பார்வை யாளராகக்கூடத் தவறான சிற்றாலயத்துக்குள் நுழைந்துவிட்டால் சங்கடமாக இருக்கும். சவப்பெட்டியின் மீதோ அல்லது பிண ஊர்தி யிலோ எந்த அடையாளமும் குறிக்கப்படவில்லை. தவறான இறுதிச் சடங்குகளுக்குப் போய்விட்டால், நேரம் கழித்துதான் அதை உணர முடியும், நான் போன ஆண்டு ஹாக்கிக் குழுத் தேர்வுக்குத் தவறான அறைக்குப் போய்விட்டிருந்ததைப் போல. புதிதாகச் சேர்ந்துவிடும் போது இந்த மாதிரி நிலைமை கஷ்டமானதுதான்; விளையாட்டுக் குழுக்களுக்குத் தேர்ந்தெடுக்கப்படும் வாய்ப்பை இழக்க நேரிடலாம்; ஏனென்றால், அங்கிருக்கும் மாணவர்களுக்கு உங்களைத் தெரியாது,

அல்லது, நாம் நன்றாக விளையாடுவோம் என்பது தெரிந்திருக்காது. என் அம்மா, கேட் அடிக்கடி வாடகை வீடுகளை மாற்றிக்கொண்டே இருப்பாள், இப்போது அவள் அன்டார்டிக்கா பயணத்திற்கு முன்பும் வீடு மாறியிருந்தாள். ஆனால், அதை அவள் விரும்பியே செய்தாள். அம்மா வீடு மாற வேண்டும் என்று முடிவு செய்தபோதெல்லாம் நானும் அவளுடன் போக வேண்டியிருந்தது; எல்லாவற்றையும் புதி தாகச் செய்யப் பழகிக்கொள்ள வேண்டியிருந்தது. பாழாய்ப்போன, மூன்றாவது வகுப்பை முதலிலிருந்து ஆரம்பிக்க வேண்டியிருந்தது. எனக்கு வேறு வழி எதுவும் இல்லை.

''இங்கே ஒரு அறிவிப்புப் பலகை இருக்கிறது பார், ஜோயி'' என் றாள் திருமதி டோனா. அவளை நான் நெல் என்றே அழைக்க வேண் டும் என்று சொல்லிக்கொண்டே இருந்தாள். என் அம்மா இப்போது இங்கே இல்லை என்பது என்னைவிட அவளுக்குத்தான் பெரிதாகப் பட்டது என்று நினைக்கிறேன். ஆனால், அன்டார்டிக்காவின் 'பனிக் காலர்கள்' பல மாதங்கள் வெளியே வர முடியாது, குடும்பத்தில் யாரா வது இறந்துவிட்டால்கூட. எந்தக் கப்பலும் கிடையாது. எந்த விமான மும் கிடையாது. மின்னஞ்சலும் சில சமயம் எண்வயப் புகைப்படங் கள் மட்டுமே; செயற்கைக்கோள் தொலைபேசி வழியாக ஓரிரு முறை பேசலாம்.

இறுதிச் சடங்குகளுக்காகக் குடும்பப் பெயர்களைக் கொண்ட, தட் டச்சு செய்யப்பட்ட ஒரு காகிதம் படபடத்துக்கொண்டிருந்தது. இந்தப் பட்டியலை முழுமை செய்வது யாருடைய வேலையாக இருக்கும்? இறந்துபோனவர்களைத் தகனம் செய்வதுவரை காத்திருப்பார்களா அல்லது துக்கம் அனுசரிப்பவர்கள் சரியான சிற்றாலயத்துக்குள் போய் விட்ட பிறகு செய்வார்களா?

'சிற்றாலயம் க்ளோரி' - என்ன விசித்திரமான பெயர்.

கல்லறைத் தோட்டத்தின் உள்ளே சாலையில் வண்ணங்களைக் கொண்டு அறிவிப்புகள் எழுதப்பட்டிருந்தன. 'சிற்றாலயம் க்ளோரிக்

குப் போகப் பச்சை நிற அம்பைத் தொடர்ந்து போகவும்.' சில அறிவிப்பு களை அடுத்து இருந்த பூப் பாத்திகளில் அதே வண்ணங்கள் இருந்தன.

'சிற்றாலயம் அமைதிக்குப் போகச் சிவப்பு நிற அம்பைத் தொடர்ந்து போகவும்.' எந்த அறிவிப்பும் 'சிற்றாலயம் மரணம்' என்று குறிப்பிடவில்லை. ஆனால், எல்லாச் சிற்றாலயங்களும் அதுதானே! கல்லறைத் தோட்டங்களுக்குள் வேகமாக காரை ஓட்டியதற்காகக் காவல் துறையினர் யாரையாவது பிடித்திருப்பார்களா?

'கவனம்!' திருமதி டோனா தன்னுடைய குட்டி காரை ஓட்டிச் செல்லும்போது ஒரு நல்ல சகப் பயணியாக என்னால் இருக்க முடிய வில்லை. தீவிரத்தைக் காட்டும் அவளுடைய தடிமனான மூக்குக் கண்ணாடி எனக்குத் தொந்தரவாக இருக்கிறது. அந்தக் கண்ணாடி மூலம் அவள் பார்க்க முடியாதது எனக்கு மேலும் தொந்தரவாக இருந்தது. **'ஒருவழிப் பாதை'** என்று தகனக்கூடத்துக்கு வழி காட்டும் நீல நிற அம்பு. இந்த அறிவிப்புகளை எழுதியவன் **'மேலே போக முடியாது'** என்பதை யார் படிப்பார்கள் என்று யோசிக்கவில்லையோ.

எப்படியோ, இந்த இறுதிச் சடங்கு ஆர்ப்பாட்டங்களுக்கும் எனக் கும் எந்தவிதச் சம்பந்தமும் இல்லை என்று எனக்குத் தோன்றுகிறது. ஆனால், சம்பந்தம் இருக்கிறது. பாட்டி செத்துவிட்டாள். ஆனால், நான் உயிருடன் இருக்கிறேன். அதனால்தான் காலையில் நான் குளிக் கும்போது, நான் ஒருவள் மட்டும் தனியே விடப்பட்டுவிட்டேன் என்று நினைத்ததும் அதிர்ச்சியடைந்தேன். ஆனால், நாம் எதிர்பார்ப்பது போல் எதுவும் நடப்பதில்லை.

இறுதிச் சடங்குகள் என்றால் 'கறுப்பு'. கறுப்பு டைகள். கறுப்பு உடைகள். அதிர்ஷ்டவசமாக, கறுப்பை அணிந்துகொள்வது எனக்குப் பழக்கமானது. என்னுடைய பள்ளிச் சீருடை, ஹாக்கி உடை இவற் றைத் தவிர நான் அணியும் மற்ற எல்லாமே கறுப்பு. கறுப்பு இல்லாத உடைகள் தினம் என்று ஒன்று இருந்தால் நான் அணிந்துகொள்ள உடையே இருக்காது. அது மிகவும் சங்கடமானது.

ஆறுதல் சொல்வதுபோல் நெல் டோனா, ‘‘நீ எதிர்பார்ப்பதை விட இதெல்லாம் சற்று வித்தியாசமாக இருக்கும்’’ என்று சொன்னாள். அவள் சொன்னது சரிதான். கறுப்பு-வெள்ளை இறுதிச் சடங்காகத்தான் அது இருந்தது. கால்பந்துக் குழுவினர் அணியும் வண்ணங்களோ அல் லது நீங்கள் கூக்குரலிட்டு ஊக்கப்படுத்தும் அணியினரின் வண்ணங் களோ எதுவும் இல்லை. சிற்றாலயத்துக்கு முன்னே ஒரு பெரிய வெள்ளை நிறச் சவ வண்டி நின்றிருந்தது.

‘யார் அவர்கள்?’

‘வெண்மைப் பெண்கள்.’ இது பெண்களால் நடத்தப்படும் இறுதிச் சடங்கு நிறுவனம்.

பாட்டிக்குப் பெண்கள் நடத்தும் நிறுவனங்கள் பிடிக்கும். அவ ளுடைய பல் மருத்துவர்கூட ஒரு பெண்தான். ஆகவே, ஒரு ‘வெண் மைப் பெண்’ இறுதிச் சடங்கு, வெள்ளை உடை அணிந்த பணிப் பெண்கள். சவ வண்டி ஓட்டுநராக வெள்ளைக் கோட்டு அணிந்த ஒரு பெண்—எல்லாமே பாட்டியின் முடிவாகத்தான் இருந்தது.

சரி, யாராவது இந்த வேலையைச் செய்தாக வேண்டுமே... ஆனால், என்னுடைய அடுத்த கல்விப் பருவத்தில் வேலை அனுபவத்திற்காக இதை நான் செய்ய மாட்டேன். திரைகளுக்குப் பின்னே அவர்கள் என்ன செய்துகொண்டிருந்தார்கள் என்று நினைத்தேன். சவத்தை அவர்கள் தொட வேண்டியிருந்ததா? நெடுஞ்சாலையில் சவ வண்டியை மற்ற கார்கள் முந்திக்கொண்டு போகுமா? சவ வண்டியைக் கடந்து போவது சட்டத்துக்குப் புறம்பானதா அல்லது மரியாதை இல்லாததா?

‘‘அதுதான் அவள் விரும்பியது.’’ நெல் சொல்லிக்கொண்டே போனாள். ‘‘எல்லாவற்றையும் ஏற்பாடு செய்ய உன் குடும்பத்தில் இருந்து பெரியவர்கள் யாரும் இல்லாதது கொஞ்சம் சிரமமாகப் போய் விட்டது.’’

‘‘அவற்றில் என்ன இருக்கிறது?’’ சுவரோடு அமைந்திருந்த, அஞ்சல் பெட்டிகளைப் போல இருந்த பூ ஜாடிகள் மாதிரி இருந்தவற்றைக்

காட்டிக் கேட்டேன். என்னுடைய குடும்பத்திலிருந்து பெரியவர்கள் யாரும் வரவில்லை என்பதைப் பற்றி நினைக்க நான் விரும்பவில்லை.

‘‘அஸ்தி. இறந்தவர்கள் விட்டுச்சென்றது. அவை அஸ்திக் கலசங்கள்’’ என்று நெல் விளக்கினாள்.

‘‘ஓ.’’ மறுபிறவிக்கு அஞ்சலாக அனுப்பப்படுவதைப் போல் இருந்தது. மறுபிறவியில் உங்களுக்கு நம்பிக்கை இருந்தால். பிறவியை அடுத்த பிறவியையா குறிப்பிட்டார்கள்? மரணத்தைப் பற்றிப் பேச எவரும் விரும்பவில்லை. கடவுளோ, வேறு யாரோ ஒட்டுக்கேட்டுவிடுவது போல அவர்கள் தங்கள் குரலைத் தாழ்த்திக்கொண்டார்கள். யாராவது உங்களுக்கு மின்னஞ்சல் அனுப்ப முடியுமா என்று யோசித்தேன். **பார்வைக்கு: god.com.au** இல்லை, **.au** இல்லை, அது **.cos** அதாவது, **cosmos** (பிரபஞ்சம்). எந்தக் கணினி வைரஸுகளும் இணைக்கப்படாமல். இந்த மின்னஞ்சலில் அப்படித்தான். அதைப் பிற்பாடு ல்யூக்கிடம் சொல்வேன். அவன் சிரிக்கலாம். மற்றவர்கள் சிரிக்காவிட்டாலும். நான் சொல்லும் ஜோக்குகளைப் பெரும்பாலும் அவன் புரிந்துகொள்வான். உலகளாவிய வைரஸ் ஒன்று பிரபஞ்சத்தையே ஸ்தம்பிக்க வைத்துவிடுமா? அது ஒரு நம்ப முடியாத கேள்வி.

ஒரு ‘வெண்மைப் பெண்’ ஒரு வெள்ளைப் பேனாவை என்னிடம் கொடுத்தாள்.

‘‘வருகையாளர் பதிவேட்டில் கையெழுத்திடு’’ நெல் கிசுகிசுத்தாள்.

‘‘எதற்காக?’’ ஏற்கனவே எழுதியிருந்த பெயர்களைப் படித்தேன். அவை அதிகம் இல்லை.

‘‘பின்னால் யாருக்கு நன்றி சொல்லி எழுத வேண்டும் என்பதைக் குடும்பத்தினர் தெரிந்துகொள்வதற்கு.’’

‘‘அவர்களுடைய முகவரிகள் எனக்குத் தெரியாது. இறுதிச் சடங்குகளுக்கு வந்ததற்காக எதற்கு நன்றி சொல்ல வேண்டும்?’’

நான் சொன்னதைப் பொருட்படுத்தாமல் திருமதி டோனா என்னை மற்றவர்களுக்கு அறிமுகப்படுத்தினாள். ‘‘இது ஜோயி, பேத்தி.

கேட்டலினுடைய மகள்." என்னுடைய தாயாரைச் சந்தித்திருக்காத மற்றவர்களுக்கு அது பெரிதாகப் படவில்லை. அங்கிருந்த மற்ற முதியவர்கள் மரியாதையுடன் தலையசைத்தார்கள்.

"அவளுடைய பாட்டி மாதிரியே இருக்கிறாள்." (நான் அப்படி ஒன்றும் இல்லை, மூக்கைத் தவிர.)

"நீ மாக்டாவைப் போல் நடனமாடுவாயா?" (பெல்லி நடனமா? நிச்சயமாக முடியாது.) "பாடுவாயா?" (ஹங்கேரிய மொழியில் அல்ல!)

நானும் அம்மாவும் மட்டுமே இப்போது குடும்பம். நான் குழந்தையாக இருக்கும்போதே அப்பா எங்களை விட்டுச் சென்றுவிட்டார், யாரும் அவரைப் பற்றி அதிகம் பேசுவதில்லை. ல்யூக்கும் அவனுடைய அப்பாவும் கேலிசெய்து விளையாடும்போதுதான் எனக்கு அப்பா இல்லை என்பதை உணர்வேன். ஆனால், ஒருபோதுமே உங்களிடம் இருக்காததை எப்படி இல்லை என்று உணர முடியும்?

தோளில் யாரோ தட்டினார்கள். திரும்பிப் பார்த்தேன். "ஹாய், ல்யூக்." அவனைப் பார்த்ததில் அப்போதுபோல் எப்போதும் நான் மகிழ்ச்சியடைந்ததில்லை. யாரிடமிருந்தோ இரவல் வாங்கியிருந்த கடற்படை வீரர் கோட்டில் அவன் பொருத்தமில்லாமல் தெரிந்தான். அது ஜீன்ஸ்மேல் தொங்கிவழிந்தது. "உன்னைப் பார்க்க சந்தோஷமாக இருக்கிறது."

"ஹாய், ஜோயி, உன் பாட்டியைக் குறித்து வருத்தம்" அவன் முனகினான். "இந்த இடத்தைப் பார்த்தால் சைபர் டார்க் கேம் பேலஸ் போல் இருக்கிறது. அஸ்திக் கலசங்களைப் பார்த்தேன். இந்த உலகத்தைச் சேர்ந்தவை மாதிரி தெரியவில்லை."

இறுதிச் சடங்குகள் நடக்கும் இடமும், அனுபவமும் எனக்குப் புதியவை. ஆர்கன் இசை பயங்கரமாக இருந்தது. ஏதோ பேய்ப் படத்தின் பிரத்தியேக ஒலிகள்போல். என் பாட்டிக்கு பெல்லி நடனமும் மத்திய ஐரோப்பிய நாடுகளின் தாளக் கருவிகளும், நாடோடிகளின் வயலின் இசையும் பிடிக்கும். ஆகவே, இந்த இசை அவளுக்கு ஏற்றது

அல்ல. அதே போல் சிற்றாலயத்தில் இருந்த பழுப்பு நிற விரிப்புகளும் திரைச்சீலைகளும் என் பாட்டிக்கு விருப்பமானவை அல்ல. பாட்டி மாதா கோயிலுக்குப் போகிற அளவுக்கு 'மத நம்பிக்கை' உள்ளவள் அல்ல. ஆனால், அவள் 'பிற உலகங்களை' மதித்தாள், சிவப்புதான் அவளுக்குப் பிடித்த நிறம்.

"முதல் வரிசையில் உட்கார் ஜோயி" என்று குட்டையாக எட்டுப்போல் இருந்த, பழைய மோஸ்தரில் உடையணிந்திருந்த 'வெண்மைப் பெண்' கூறினாள்: "... அடுத்தாற்போல்."

அவள் பாட்டியின் சவப்பெட்டியைக் குறிப்பிட்டாள். அது சூப்பர் மார்கெட்டில் இருக்கும் தள்ளுவண்டி போன்ற ஒன்றின் மீது வைக்கப்பட்டு, அதன்மேல் ஒரு ரோஜா மலர் வளையத்துடன் இருந்தது.

ரோஜா இதழ்களின் மணம் எனக்குப் பிடிக்கும். இறுதிச் சடங்குகளில் இருக்கும் மற்றொரு விசித்திரமான விஷயம் அது. மலர்களை முகர்ந்தோ, தொட்டோ பார்க்க முடியாத, இறந்துபோனவர்களுக்காக எல்லோரும் மலர்களைக் கொண்டுவருகிறார்கள். இது சற்று வீணானது. ஆனால், மலர் விற்பனையாளர்கள் இதனால் பிழைக்கிறார்கள். இறுதிச் சடங்குகளுக்கும் காதலர் தினங்களுக்கும் திருமணங்களுக்கும் அவர்கள் பூக்களை விற்கவில்லையென்றால் அவர்கள் நொடிந்து போவார்கள்.

"நான் கடைசி வரிசையில் உட்காருகிறேன்." ல்யூக் அவசரஅவசரமாகச் சொல்லிவிட்டு நகர்ந்தான். நான் தனிமையாக இருப்பதை உணர்ந்தேன்.

"ஒன்றும் பிரச்சினை இல்லையே ஜோயி?" திருமதி டோனா சவப்பெட்டியை நோக்கிச் சற்றுத் தலையை மரியாதையுடன் அசைத்துவிட்டு என்னுடன் முதல் வரிசையில் உட்கார்ந்துகொண்டாள்.

"ஒன்றும் பிரச்சினையில்லை" என்று நான் பொய் சொன்னேன். நான் என்னுடைய பாட்டியின் இறுதிச் சடங்கில் இருக்கிறேன். நான்

சரியாகத்தான் இல்லை. பாட்டியின் இறந்தகாலத்தைக் குறித்து நான் பிறகு கவலைப்படுவேன். இப்போது நான் நிகழ்காலத்தைப் பற்றிக் கவலைப்பட்டுக்கொண்டிருந்தேன்.

'வெண்மைப் பெண்கள்' வெவ்வேறு உயரங்களில் இருந்தார்கள். சவப்பெட்டியைச் சுமப்பவர்கள் அதைக் கீழே போட்டுவிட்டால் என்னவாகும்? மூடி திறந்துகொள்ளுமா? இப்படியெல்லாம் ஒருவர் யோசிக்கக் கூடாது. வெவ்வேறு உயரங்களில் இருந்த தங்கள் தோள் களில் எப்படிச் சவப்பெட்டியைத் தூக்கிவைத்துக்கொண்டு போவார் கள் என்று நினைத்தேன். சக்கரங்கள் வைத்த தள்ளுவண்டியை அவர் கள் பயன்படுத்துவார்கள். தூக்கித் தோள்கள்மீது வைத்துக்கொள்ளப் போவதில்லை. அதனால்தானோ என்னவோ துக்கம் அனுசரிப்பவர்கள் வருவதற்கு முன்பே ஒவ்வொன்றையும் அதனதன் இடத்தில் வைத்து விடுகிறார்கள். முக்கியமானது எதையாவது விட்டுவிடக் கூடாது என் பதற்காக. இறுதி ஆட்டத்துக்குப் பிறகு என்னுடைய அணியினர் என்னை அலாக்காகத் தூக்கிக்கொண்டு மைதானத்துக்கு வெளியே போனது மாதிரி.

இந்த விஷயத்தைப் பற்றி நான் ஏன் நினைத்துக்கொண்டிருந்தேன் என்று எனக்குத் தெரியும். அதனால் நான் அரண்டுவிட மாட்டேன். பயமூட்டும் இடங்கள், இந்த இறுதிச் சடங்குகள் நடக்கும் இடங்கள். இந்த வெல்வெட் திரைச்சீலைகளுக்குப் பின்னால் என்ன நடக்கும் என்பதைப் பற்றி நான் யோசிக்க விரும்பவில்லை. தகனம். புகையாகப் போவது. அதைத்தான் வைக்கிங் வீரர்களுக்குச் செய்தார்கள், அவர் களைக் கப்பலில் வைத்து எரித்தார்கள். அதைத்தான் நான் என் ஆரம் பப் பள்ளி வீட்டுப் பாடங்களிலேயே தெரிந்துகொண்டேன். ஒன்பதா வது வகுப்பில் குடும்ப வரலாறு வீட்டுப்பாடம் எங்கள் வீட்டில் பிரச் சினைகளை உருவாக்குவதற்கு நீண்ட நாட்களுக்கு முன்.

''தயவுசெய்து அமருங்கள், மாக்டா கோவாக்ஸின் நண்பர்களே, உறவினர்களே.''

இறுதிச் சடங்குகளை நடத்துபவர் மைக்குக்கு முன்னால் ஒரு டிஜேயைப் போல இருந்தார், ஆனால், அவருக்கு என் பாட்டியைத் தெரியாது, அதனால், அவர் சொன்னது எழுபது வயதுக்கு மேலான எந்தப் பெண்ணுக்கும் பொருந்தியிருக்கும். அவர் குரல் அழுத்தமாக ஒலித்தது, ஒருவேளை தொழில்முறைப் பேச்சாளருக்குத் தேவைப்பட்டதோ என்னவோ? ஒரே மாதிரியான பேச்சை, அந்தந்த இறுதிச் சடங்குகளுக்குச் சற்று மாற்றிக்கொண்டாரோ என்னவோ, சில நிமிடங்களுக்குப் பிறகு என் பாட்டியைப் பற்றிப் பேச வந்திருந்தவர்களை அழைத்தார்.

''மாக்டாவின் நண்பர்கள் அல்லது குடும்பத்தினர் ஏதாவது சொல்ல விரும்பலாம்.'' அவர் அவளுடைய பெயரில் இருந்த 'டா'வை அழுத்திச் சொன்னார். அவருடைய குரல் சிற்றாலயத்தில் எதிரொலித்தது; அங்கே இருந்தவர்கள் அவ்வளவு அமைதியுடன் இருந்தார்கள்; நீங்கள் மூச்சு விட்டால்கூட மற்றவர்கள் உங்களைத் திரும்பிப் பார்ப்பார்கள். க்ளீநெக்ஸ் டிஷ்யூவை நான் மூச்சுவிடும் ஒலி எழாதவாறு என் மூக்கில் அழுத்திக்கொண்டேன், அதனால், அமைதியாக இருக்க முயன்றது என்னை மூச்சுமுட்டச் செய்தது.

என்ன சொல்வது? அம்மா இங்கே இருந்திருந்தால்கூட நான்கு பேர் முன்னிலையில் பேசுவதை அவள் வெறுத்திருப்பாள்.

யாரும் ஒன்றும் சொல்லவில்லை. நான் திரும்பிப் பார்த்தேன். ஆராதனையில் ஏற்பட்டிருக்கும் இடைவெளியால் சங்கடமானவர்களைப் போல அங்கிருந்த முதியவர்கள் தோன்றினார்கள். கைக்குட்டையால் கண்களையும் மூக்கையும் துடைத்துக்கொண்டார்கள். டீயூனா என்ற பெயருடன் யாராவது எழுந்து நிற்பார்களா, அஞ்சல் அட்டைகளை நான் திருப்பித் தர முடியுமா என்று யோசித்தேன்.

''நான் எழுந்திருந்து எதையாவது சொல்ல வேண்டுமா?'' என்னுடைய ஈரமான டிஷ்யூவை என் பாக்கெட்டில் தள்ளியவாறே கிசுகிசுத்தேன்.

திருமதி டோனா தன் தலையை அசைத்தாள், அவளுடைய நாடித் தசைகள் குலுங்கின.

திடீரென்று ல்யூக் எழுந்து உரத்த குரலில் ''மாக்டா கோவாக்ஸ் மிகவும் நல்ல பெண்மணி. அவர் இணையத்தில் பலவற்றையும் பார்ப்பார்.'' பிறகு அவன் உட்கார்ந்தான். அவனுடைய காலடிச் சத்தம் சிற்றாலயத்தில் எதிரொலித்தது. எல்லோரும் திரும்பி அவனைப் பார்த்தார்கள். ல்யூக்கினுடைய கழுத்து சிவந்தது. அதில் அவனுடைய சிவந்த பருக்கள் பளிச்சென்று தெரிவதை என்னால் பார்க்க முடிந்தது.

கணினித் திரையின் 'பீப்' என்ற ஒலி கேட்டால் ஒழிய பள்ளிக்கூடத்தில் ல்யூக் தானாக முன்வந்து எதையும் செய்ததில்லை. ஆனால், அவன் வரும்போதெல்லாம் பாட்டி அவனுக்கு கூலாஷ்* செய்து தருவாள். அண்மையில் அவள் தவறுதலாகக் கணினியில் சில கோப்புகளை நீக்கிய பிறகு அவற்றைத் திரும்பப் பெற அவன் உதவியிருந்தான்.

இதற்குப் பிறகு ஆராதனை நீண்ட நேரம் நீடிக்கவில்லை. சத்தமாக மூச்சுவிடுவதையும் அழுவதையும் கட்டுப்படுத்துவதிலேயே மும்முரமாக நான் இருந்ததில் என்னுடைய டிஷ்யூ காகிதங்கள் கடைசியில் ஈரமாக ஆகி, பிய்ந்து நூல்நூலாக ஆகிவிட்டன. சவப்பெட்டி சற்று அசைந்து, பிறகு அந்த ஆழ்ந்த வண்ணத் திரைச்சீலைகளுக்குப் பின் போனவரை நான் சரியாகத்தான் இருந்தேன்; நான் பாட்டியிடம் என் எல்லாக் கேள்விகளையும் இனி ஒருபோதும் கேட்க முடியாது என்பதை அப்போது உணர்ந்தேன். அந்தப் புகைப்படத்தில் இருந்த மனிதர் யார்? பாட்டி ஏன் ஒன்றுக்கு மேற்பட்ட பெயர்களைக் கொண்டிருந்தாள்? திரு அல்லது திருமதி டியூனா என்பது யார்? என் குடும்ப வரலாற்றுக்குப் பின் இருந்த புதிரை விடுவிப்பதற்கு நான்தான் இருந்தேன்.

---

* இறைச்சியும் காய்கறிகளும் கொண்ட, நறுமணமூட்டப்பட்ட, மிகப் பிரசித்திபெற்ற, ஹங்கேரிய உணவுப் பண்டம்.

வார்னிஷ் செய்யப்பட்ட சவப்பெட்டியின் நுனி மறைந்தது. இது தான் இறுதி.

நான் எச்சிலை விழுங்கினேன்; அது கமறல்போல் ஒலித்தது. அந்த அமைதியான சிற்றாலயத்தில் அது பெரிதாகக் கேட்டது. என் கண்ணீ ரைத் துடைத்தபோது என்னிடமிருந்த கடைசி டிஷ்யூ காகிதம் கரைந்து போயிற்று.

''இதோ, இவற்றை வைத்துக்கொள்'' என்று திருமதி டோனா என்னிடம் மேலும் சில டிஷ்யூ காகிதங்களைக் கொடுத்தாள். ''நீதான் முதலில் போக வேண்டும்; நீதானே முக்கியமான உறவு. மற்றவர்கள் உனக்குப் பின்னால் வருவார்கள்.''

ஆக, நாங்கள் 'வெண்மைப் பெண்க'ளுக்குப் பின்னால், வாசலை நோக்கி நடந்தோம், என் பாட்டி நல்ல உயரம். எப்படி அவ்வளவு சிறிய பெட்டிக்குள் அடங்கினாள்? உள்ளே இருந்தது அவள்தான் என்று நினைக்கிறேன். யார் பார்த்தார்கள்? அடக்கப் பணியாளர் பார்த்திருப்பார். அதற்குதான் அவர்களை அப்படி அழைத்தார்கள். ஆனால், இறந்தவர்கள் யாராவது சொர்க்கத்துக்குப் போவதாக நினைத் தால் இறுதிச் சடங்கை நிறைவேற்றும் இயக்குநரை 'மேல்-பணியாளர்' என்று அழைப்பார்களோ, என்னவோ. மேலே, சொர்க்கத்துக்குப் போவது. **'நிறுத்து ஜோயி.'** எனக்கு நானே சொல்லிக்கொண்டேன். **'சொர்க்கத்தில் நம்பிக்கை இல்லாத உன்னுடைய உண்மையான பாட் டியைப் பற்றி நினைப்பதைத் தவிர்க்கத்தான் இம்மாதிரி சொற்களை வைத்து விளையாடிக்கொண்டிருக்கிறாய்; அப்போதுதானே, சொர்க் கத்துக்குப் போவதற்கு ஒரு போலி அடையாளத்தைக் குறித்துக் கவ லைப்பட மாட்டாள்!'**

பாட்டி போலி அடையாளத்தை வைத்திருந்தாள் என்று எப்படிக் கண்டுபிடித்தேன்? போன மாதம் பாட்டி கணினி ஒன்றை வாட கைக்கு எடுத்து, இணையத்தில் போய்வந்துகொண்டிருந்தபோது ஒரு

முக்கியமான விஷயம் நடந்தது. பல வருடங்களுக்கு முன் ஹங்கேரியிலிருந்து வந்த எங்கள் குடும்பத்தைப் பற்றித் தவறாகச் சில கேள்விகளைக் கேட்டுவிட்டேன். இணையத்தில் என்னுடன் ஹாக்கி விளையாடும் தோழன் ல்யூக் எங்கள் வம்சாவளிப் படத்தில் ஊடுருவிப் பார்க்கும்போது, ‘இறந்தவர்கள் சங்கத்’தின் இணையதளத்தைக் கண்டான். ஹங்கேரியத் தளங்களின் இணைப்புகளைப் பற்றிப் பாட்டியிடம் அவன் சொல்லப்போக, அவள் மிகத் தீவிரமாக இணையத்தில் போய்வர ஆரம்பித்தாள்.

இப்போது எதுவுமே நிச்சயமில்லை. நான் சற்று நிச்சயமில்லாமல் இருந்தேன், அறிந்திருக்காதவற்றைப் பற்றிச் சற்றுப் பயந்தும் இருந்தேன்.

நான் ஒருத்திதான் எஞ்சியவள்.

O

3

இறந்தவர்கள் சங்கம்

வௌ... வௌ... வௌ...

காய்கறிப் பாத்தியை பார்க் தோண்டிக்கொண்டிருந்தது. பூனைகளைத் துரத்துவது அதற்கு இன்னொரு விளையாட்டு. இந்த நிமிடத்தில் அது மிகவும் துடிப்புடனும், இயல்பானதாகவும், சத்தமிட்டுக் கொண்டும் இருந்தது. அதைப் பார்க்கும்போது எனக்கு நன்றியுணர்வு மேலிட்டது.

''நான் போய்வருகிறேன், சரிதானே ஜோயி, பார்க் எங்கே இருக்கப் போகிறது என்று முடிவாகும்வரை அதை நான் கவனித்துக்கொள்கிறேன். நான் இதைத் திரும்ப எடுத்துக்கொண்டு போவதைத்தான் உன் பாட்டி விரும்பியிருப்பாள் என்று சொல்கிறாயா? நிச்சயமாக? மாக்டாவுக்கு அது ரொம்பவும் உபயோகமாக இருந்தது.'' திருமதி டோனா வழக்கம்போல் சற்று அலட்டிக்கொண்டாள்.

அந்தப் பெரிய கறுப்புப் பூ ஜாடியை வெறுப்பதுதான் பாட்டிக்கு மிகவும் பிடிக்கும். தன் பக்கத்து வீட்டுக்காரியின் மனதைப் புண்படுத்தக் கூடாது என்பதால் பாட்டி அதை வாசல் கதவருகே வைத்திருந்தாள், குடை, வீட்டுச் சாவி, மற்றும் பிறருக்குத் திருப்பித் தர வேண்டியிருந்த பொருட்களை வைப்பதற்கு.

"நிச்சயமாக. பாட்டி நீங்கள் அதை வைத்துக்கொள்வதைத்தான் விரும்பியிருப்பாள்... நினைவாக..." பொருத்தமான வார்த்தை எனக்குக் கிடைக்கவில்லை.

"நினைவுப்பொருளா? உனக்கும் எதையோ விட்டுப்போவதாக மாக்டா சொன்னாளே, நிச்சயமாக, ஜோயி. எந்தக் கணினிக் கோப்பு என்று எனக்குப் புரியவில்லை. அதையும் பார்."

திருமதி டோனா வீட்டுக்குப் போய் ஓய்வெடுக்க வேண்டும் என்று விரும்பினாள் என்பது தெரிந்தது, அவளுடைய கணுக்கால் சதை அவள் அணிந்திருந்த விலை உயர்ந்த ஷூக்களின் விளிம்புக்கு மேல் மடிந்தது; அவள் தன்னுடைய பருமனான உடலை இழுத்துக்கொண்டு நடக்கச் சிரமப்பட்டாள்.

"நான் இதை எடுத்துக்கொண்டு வருகிறேன்." ல்யூக் கறுப்புப் பூ ஜாடியைத் தோள்மேல் வைத்துக்கொண்டான். அவன் தோள்களும் தொடைகளும் உடற்பயிற்சியால் உறுதியாக இருந்தன. அவ்வப்போது கொஞ்சம் பங்கறைபோல இருப்பான்.

"எல்லாம் சரியா? இரண்டு பேரும் வயதில் சின்னவர்களாக...?" திருமதி டோனா என் பாட்டிக்கு மிகவும் வேண்டிய பக்கத்து வீட்டுக் காரியாக இருந்தாள்; ஆனால், அவள் போக மாட்டாளா என்று நினைத்தேன். பார்க்கை ல்யூக் வீட்டுக்கு அழைத்துக்கொண்டு போக முடியாது. அது அவன் வீட்டுப் பூனையைச் சாப்பிட்டுவிடும். இந்த நேரத்தில்தான் அம்மா இங்கு இல்லையே என்று தோன்றிற்று.

''பரவாயில்லை, இங்கே வேறு என்ன என்ன இருக்கிறது என்று பார்க்கிறேன், நெல். பிறகு ல்யூக் வீட்டுக்கு நடந்துபோய்விடுகிறோம். உங்கள் உதவிக்கு நன்றி.''

''மறக்காமல் வீட்டைப் பூட்டு. உயில் ஏதாவது கிடைத்தால் அதை அறங்காவலரிடம் கொடுத்துவிடு, அவர் சீக்கிரம் உன்னை அழைப்பார். இதோ, பூ ஜாடியில் இருந்த சாவிகள்.'' அவற்றில் ஒவ்வொன்றிலும் அடையாளச் சீட்டு ஒன்று இருந்தது.

''உன் அம்மா சீக்கிரம் வந்துவிடுவாளா? எல்லா ஏற்பாடுகளையும் சிறிய பெண் நீயே செய்ய வேண்டும் என்பது அவ்வளவு சரி இல்லை.''

''கேட் ஒரு பருவம் முழுவதும் இருக்க ஒப்புக்கொண்டிருக்கிறாள். அவள் 'பனிக்கால'ராகப் போயிருக்கிறாள். அவள் வர முடியாதபடி குளிர்காலத்தில் பனிக்கட்டிகள் சுற்றியிருக்கும். ஆனால், அவள் மின்னஞ்சல் அனுப்புகிறாள், நாங்கள் செயற்கைக்கோள் தொலைபேசியில் பேசுகிறோம். அன்டார்டிக்கா பிரிவு எங்களுக்குச் சலுகைக் கட்டணங்களை அளிக்கிறது, குடும்பத்தினருடன் தொடர்புகொள்ள.''

அது உண்மைதான். ஆனால், எல்லாம் சரியாக இருக்கிறது. எல்லாம் கட்டுப்பாட்டில் இருக்கிறது என்ற தொனியில் பேச முயன்றேன். பிற்பகல் முழுவதும் 'துக்கம் அனுசரிக்கும் பேத்தி'யாக நான் நடந்து கொண்டிருந்தேன். சற்றுப் போலித்தனமாக இருப்பதாக உணர்ந்தேன். ல்யூக்கோ, அவன் எப்போதும் நினைத்ததைச் சொல்வான், அது கேட்பவரைச் சங்கடப்படுத்தினாலும். பாட்டிக்கு அவனைப் பிடிக்கும். எனக்கும்தான். பெரும்பாலான நேரங்களில், ஜெஸ்ஸிகாவைக் கவர வேண்டும் என்பதற்காக அவன் ஆட்டம் போடாதவரை. ல்யூக்கிடம் நான் இயல்பாக இருக்க முடிந்தது.

ஐந்து நிமிடங்களுக்குப் பிறகு ல்யூக் வந்தான். ''பார்க் இந்த எலும்புத் துண்டை என்னிடம் கொடுப்பதற்கு குலைத்ததனால் ஜாடியைக் கீழே போட்டுவிட்டேன்.'' ல்யூக் நாற்றமடித்த ஒரு எலும்புத் துண்டை நீட்டினான்.

"பூ ஜாடியைப் பற்றி விளையாடுகிறாயா?" எலும்புத் துண்டு மிக மோசமாக நாற்றமடித்தது, ஏதோ வருடக்கணக்கில் இருந்ததுபோல.

"ஆமாம்; என்ன உன் பாட்டி காய்கறிப் பாத்தி எதையாவது புதிதாகப் போட்டிருக்கிறாளா?"

புதர்களைச் சுற்றி பார்க் எல்லாவற்றையும் தோண்டிப்போட்டிருந்தது. நடக்கும் வழியெல்லாம் மண்; தக்காளிச் செடிகளுக்கு இடையே குழிகள்.

சமையலறை மூலிகைத் தோட்டம் இங்கேயும் அங்கேயும் குழிகளுடன் கந்தரகோளமாக இருந்தது; செடிகள் தாறுமாறாகக் கிடந்தன.

"இல்லை. இது பார்க் வேலை. அதற்கு ஒன்றும் செய்யத் தோன்றவில்லையென்றால், இப்படித் தோண்டிப்போட்டுவிடும். அது முதலில் தாத்தாவை இழந்தது, இப்போது பாட்டி."

எலும்பை மிக ஆழமான குழியில் போட்டு மண்ணைத் தள்ளி மூடினேன். பாதையைச் சுத்தமாகப் பெருக்கினேன். நோஞ்சானாக இருந்த சில செடிகளை மீண்டும் நட்டுவைக்க முயன்றேன். சில மிகவும் காய்ந்து போயிருந்தன. பார்க் வேலிக்குக் கீழே அல்லது வேலியின் வழியே போக முயன்று பெயர்த்திருந்த கம்பிகளைச் சரிசெய்தேன். பார்க் தனியாக நீண்ட நேரம் இருந்தால், குறிப்பாக, வெளியே அதை யாரும் அழைத்துப்போகவில்லையென்றால், தோட்டத்தை நாசமாக்கிவிடும்.

"உன் பாட்டிக்கு 'இறந்தவர்கள் சங்கத்'தின் இணைப்பைக் காட்டியிருக்கக் கூடாது. தவறான நேரத்தில் நடந்துவிட்டது." ல்யூக் தன் மூக்குக்கண்ணாடியைப் பின்னுக்குத் தள்ளிவிட்டுக்கொண்டு, பார்க் தோண்டிப் போட்டிருந்த குழிகளைப் பார்த்தான். அவனுக்குப் பொருத்தமாக இல்லாத கோட்டைக் கழட்டினான்; அது அவன் அப்பாவுடையதாக இருக்க வேண்டும். சட்டையையும் கழட்டிவிட்டு, வழக்கமாக அணியும் டி ஷர்ட்டுடன் இருந்தான். அதில் 'ஹாட் ஸ்டஃப்' என்று எழுதியிருந்தது.

"சகிக்கவில்லை. இதை நீ, உடற்பயிற்சியின்போது போட்டுக் கொள்வதாக இருந்தாலும்."

அவன் உடையைப் பற்றி நான் சொன்னதை லட்சியம் செய்யாமல், ஒரு மண்வெட்டியை எடுத்துக்கொண்டு, பார்க் தோண்டிப் போட்ட குழிகளை மூடத் தொடங்கினான். அந்த நாயும், தான் ஆணையிட்டதைத்தான் ல்யூக் செய்கிறான் என்பது போல் உட்கார்ந்து கவனித்துக்கொண்டிருந்தது.

"அந்தத் தளம் பாட்டியை அவளுடைய ஹங்கேரிய நாட்களுடன் இணைத்துவிட்டது. ஆஸ்திரேலியாவில் இருந்தவரை அவள் மாக்டா வாக நினைத்துக்கொண்டிருந்தாள். அதற்கு முன் அவள் யாராகவோ இருந்தாள். யார் என்று எனக்குத் தெரியவில்லை. அவளை நான் கேட்க எண்ணியிருந்தேன், அதற்குள் தீவிரச் சிகிச்சைப் பிரிவுக்குப் பறந்து விட்டாள்." ல்யூக்கிடம் சொல்வதுபோலவே, நானும் உரக்கச் சிந்தித்துக்கொண்டிருந்தேன். பாட்டி என்ன நினைத்துக்கொண்டிருந்தாள் என்பதைக் கண்டுபிடிக்க முயன்றுகொண்டிருந்தேன். ஆனால், அதைச் செய்ய எந்தத் தடயமும் கிடைக்கவில்லை. ஒருவரை நாம் தெரிந்துவைத்திருப்பதாக நினைத்துக்கொண்டிருக்கிறோம், ஆனால், அவர் முற்றிலும் வேறு நபர் என்று காட்டும் விஷயங்களை அறிந்து கொள்கிறோம். அதனால், முன்னாலேயே தெரியாமல் இருந்துவிட்டோமே என்பதற்காகச் சற்று முட்டாள் மாதிரியான உணர்வு ஏற்படும்.

"பெயர்கள் மோசமானவைதான். என் பெயரை மாற்றிக்கொண்டால்கூட நன்றாக இருக்கும்." ல்யூக் மண்வெட்டியின் மீது, மூச்சிரைத்தவாறு சாய்ந்து நின்றான்.

வார்ன் என்று அவனுடைய குடும்பப் பெயர் அமைந்துவிட்டது அவன் தவறல்ல, ஆனால், அவனுக்குப் பெயர் வைத்ததற்கு முன்பு அவன் பெற்றோர் அதைப் பற்றி யோசித்திருக்க வேண்டும். ல்யூக் வெறும் நண்பன்தான்—துரதிர்ஷ்டம் பிடித்த பெயருடன், அதாவது அவனுடைய இயற்பெயரையும் குடும்பப் பெயரையும் ஒன்றுசேர்த்து

வேகமாக உச்சரித்தால். ல்யூக்-வார்ம் (ஆறிப்போனவன்) என்று மற்ற வர்கள் அழைக்கும் ஒருவனை எப்படி ஆண் தோழனாகக் கொள்ள முடியும்?

ல்யூக் ஒரு கணினிப் பைத்தியம். கணினித் திரையில் தென்படாத எதுவும் அது இல்லாத மாதிரிதான் என்று நினைக்கும் கிறுக்குகளில் ஒரு வன். அவ்வப்போது ஹாக்கி விளையாடுவான். பொதுவாக, கணினி மௌஸ்களை வைத்தே உடற்பயிற்சி செய்யும் கிறுக்குகள் இடையே இது அபூர்வம். ல்யூக்கின் தொடைகளும் தோள்களும் அவனுடைய மௌஸ்-கையைப் போலவே திடமானவை. ல்யூக்கின் குடும்பத் தினரும் ஹாக்கி விளையாட்டில் ஆர்வம்கொண்டிருக்கிறார்கள்.

"அந்தத் தளம் gene என்று ஏதோ வருமே, அதற்கானது" என்றான் ல்யூக். "அதுதான், குடும்பங்களின் வரலாற்றை ஆராய்பவர்கள்... இறந்தவர்கள் அல்ல... அவர்கள் அறிய விரும்புபவர்கள்தான் இறந்த வர்கள். மூதாதையரைப் பற்றித் தகவல்கள் சேகரிப்பவர்கள். யார் பிரபலமானவர்கள், யாருக்கு என்ன நோய் இருந்தது என்பதைப் போன்ற தகவல்கள்..."

'Geneologists.' அதை எப்படிச் சொல்வது என்று எனக்குத் தெரியும், பாட்டி எனக்கு அதைச் சொல்லிக்கொடுத்திருக்கிறாள். ஆனால், எழுத்துத்திருத்தி இல்லாமல் அதை எழுத முடியாது. அந்த வார்த்தையை ஒட்டி அதே போல உச்சரிப்புக் கொண்ட பிற பிற வார்த்தைகள் இருக்கின்றன; தவறிப்போய், பெண் விஷயங்கள் சம்பந்தப்பட்ட 'gynaecologists' என்ற வார்த்தையைச் சொல்லிவிடக் கூடாது. அதையும் எழுத்துத்திருத்தி இல்லாமல் எழுத முடியாது. வரலாற்றைத் தேடித் துப்பறிபவர்களை 'genis' என்று பாட்டி அழைத்தாள். சுருக்கமானது. சொல்வதற்கும் நினைவில் வைத்துக்கொள்வதற்கும் எளிதானது.

"இந்தச் சாவிகள் எதற்கு?" ல்யூக் சாவிக் கொத்தை ஆட்டினான். "வேலை அனுபவத்துக்காக நீ பூட்டு மெக்கானிக் ஆகப்போகிறாயா என்ன?"

போன வாரம், பள்ளியில் பருவத்தின் முடிவில் பதினைந்து நாட்களுக்கு வேலை அனுபவத்துக்காக ஏற்பாடுகளைச் செய்ய வேண்டும் என்று கூறியிருந்தார்கள். அதனால்தான் நாங்கள் அதைப் பற்றி யோசித்துக்கொண்டிருந்தோம். கணினிக் கடை ஒன்றில் அல்லது விளையாட்டுச் சாமான்கள் விற்கும் ஹாக்கி கெலோர் கடையில் வேலை செய்யலாம் என்று நினைத்தான். அங்கே, ஹாக்கி மட்டைகளோ, பந்தோ இனாமாகக் கிடைக்கும் என்று நினைத்தான். என்ன செய்வது என்று நான் முடிவு எடுத்திருக்கவில்லை. மக்டனால்ட் கடையிலோ 'வெண்மைப் பெண்கள்' இறுதிச் சடங்குச் சேவை நிறுவனத்திலோ வேலை செய்ய நான் விரும்பவில்லை.

''இந்தச் சாவிகள் இந்த வீட்டில் இருக்கும் கதவுகள், இழுப்பறைகளைத் திறப்பதற்கு. வீட்டில் எங்காவது உயில் கண்ணில் படாமல் இருக்கிறதா என்று திருமதி டோனா பார்க்கச் சொல்லியிருக்கிறாள். அம்மா இல்லாததால் நான் அதைத் தேடி எடுக்க வேண்டும். அதைத் தவிர, கோப்பு ஒன்றை எனக்காக வைத்திருப்பதாகச் சொன்னாள். அது வீட்டில் எங்கேயோ இருக்கிறது, ஆனால், திருமதி டோனா அதைப் பார்த்திருக்கவில்லை.''

''அதை நீ தேட நான் உதவிசெய்கிறேன். நீத்தார் கண்விழிப்பின் போது நீ எல்லாவற்றையும் ஒழுங்காகச் செய்தாய்'' என்று ல்யூக் சொன்னான். ''அந்தக் கிழங்கள் நான் சாப்பிடுவதைவிட அதிகம் சாப்பிட்டார்கள். ஸாஸேஜ்களும், பன்றி சாண்ட்விச்சும் பறந்துவிட்டன.''

அவன் துடைப்பத்தையும் மண்வெட்டியையும் கார் கொட்டகைக்குப் பக்கத்திலிருந்த கொட்டகையில் வைத்துவிட்டு வருவதைப் பார்த்துக்கொண்டிருந்தேன். நான் பாட்டியை இழந்திருந்ததால் அவன் என்னிடம் கனிவாக நடந்துகொள்ள முயல்கிறானா அல்லது உண்மையிலேயே அவன் அப்படித்தான் இருந்தானா?

இறுதிச் சடங்குக்கான பணியாளர்கள், திருமதி டோனா 'விழிப்பு' என்று குறிப்பிட்ட நிகழ்ச்சிக்கு 'லேசான உணவு'க்கு ஏற்பாடு செய்

திருந்தார்கள். வினோதம்தான்! அமைதி; அவ்வளவு அமைதி. வந்திருப்பவர்களின் முணுமுணுப்பு இறந்துபோயிருக்கும் எவரையும் விழித்துக்கொள்ள வைக்காது. நான் ஏற்பாடு செய்திருந்திருக்காத 'உணவு'க்காக எனக்கு நன்றி சொன்னார்கள். முட்டைக் கறியையும், மழிக்கப்பட்ட பன்றி இறைச்சியையும் (பன்றி இறைச்சியை மழிப் பார்களா என்ன!) கொடுத்தது, "என் பாட்டிக்கு வேறொரு வாழ்க்கை இருந்தது உங்களுக்குத் தெரியுமா?" போன்ற முக்கியமான விஷயங்களைப் பேசுவதிலிருந்து காப்பாற்றியது.

அங்கிருந்தவர்களில் எவருக்காவது என் பாட்டியைப் பற்றி அதிகம் தெரிந்திருக்கலாம், ஆனால், யாரைக் கேட்பது, என்ன கேட்பது என்று எனக்குத் தெரியவில்லை. தவிரவும், ஏதோ மீதமாகிவிட்ட பேத்தியைப் போலவும், வளர்ந்தவளாகக் காட்டிக்கொள்ளும் ஆறு வயதுக் குழந்தை போலவும் என்னிடம் நடந்துகொண்டார்கள். சாண்ட்விச்சுகளை நான் எல்லோருக்கும் பரிமாறியதாலேயே அப்படிச் செய்தார்கள் போலும்.

"நாம் தேடுவது காகித உறையாக இருக்குமா?" பின்கதவைத் திறந்துகொண்டு வந்த ல்யூக் கேட்டான்; எங்களுக்குப் பின்னால் அந்தக் கதவு சத்தத்துடன் மூடிக்கொண்டது.

"இருக்கலாம், எனக்குச் சொல்லத் தெரியவில்லை. சாவிகளில் அடையாளச் சீட்டு எதுவும் இல்லை. அல்லது வண்ணச் சீட்டுகளோ, அல்லது, என்னுடைய ஹெட்ஜ் ஹை பள்ளியின் காப்பறையின் இரண்டாவது சாவியில் நான் அடையாளத்துக்காகப் பூசியிருக்கும் நகப்பூச்சு மாதிரியோ, எதுவும் இல்லை."

"அல்லது அது கணினிக் கோப்பு ஏதாவதா?" ல்யூக் கேட்டான். "அந்த மாதிரி ஒன்றாகத்தான் இருக்கும் என்று நினைக்கிறேன்."

சில வாரங்களுக்கு முன்புதான் பாட்டி ஹை-டெக்காக மாறி யிருந்ததால், ஏதாவது இழுப்பறையில்தான் உயில் இருக்கும். எப்படி யிருந்தாலும் உயிலில் சாட்சிக் கையெழுத்து தேவையானதால் அதைக் கணினியில் உருவாக்க முடியாது. சாவிக் கொத்தைத் தூக்கிக்

காட்டினேன். ‘‘முதலில் இழுப்பறைகளில் தேடுவோம். எந்தச் சாவி பொருந்துகிறது என்று பார்ப்போம்.’’

முக்கியமான ஆவணங்களையும், விலையுயர்ந்த பொருட்களையும் தேடிப் பார்ப்பது ஒருவர் இறந்துவிட்ட பிறகு சகஜமாக நடப்பதுதான் என்று திருமதி டோனா சொல்கிறாள், ஆனால், காலியாக இருக்கும் வீட்டுக்குள் போய்ப் பார்ப்பது என்னவோ மாதிரி இருக்கும், அந்த வீடு, உரிமையாளரின் அடையாளங்கள் இன்னும் அங்கேயே இருப்பது போல இருக்கும். பேய்களில் எனக்கு நம்பிக்கை இல்லை; இருந்தாலும் பாட்டி இருக்கும் உணர்வு அங்கே இருந்தது; அதை விவரிப்பது கடினம்; வெறும் மணம் என்பதல்ல, அவளுக்கே என்றிருந்த வாசனை அறைகளில் தங்கியிருந்தது. அவள் உபயோகித்த அறைகலன், வண்ணங்கள், அவளுடைய கந்தரகோளம்; அவளுடைய ஆளுமை. பேய் என்றோ, பயமூட்டக்கூடிய ஏதோ என்றோ சொல்லவில்லை. ஆனால், அது அவள்தான்.

நான் இறந்த பிறகு எதை விட்டுச் செல்வேன் என்று ஒரு கணம் யோசித்தேன். ஜோயி என்பவளுடைய அடையாளம் ஏதாவது இருக்குமா? நானும் அம்மாவும் எந்த வீட்டிலும், எங்களிடமிருந்து எதுவும் தொற்றிக்கொள்ளும் வகையில் நாங்கள் போதிய காலம் வசித்ததில்லை. ஒரு பண்ணை வீட்டின் காப்பாளராக அதனுடைய உரிமையாளர் அங்கு இல்லாத நாட்களில், நானும் என் அம்மாவும் பார்த்துக்கொண்டிருந்தபோதுகூட, அங்கு அவருடைய உடைமைகளெல்லாம் இருந்த சமயத்தில் எங்கள் ‘வாசனையை’ அங்கே விட முடியவில்லை.

ல்யூக் சொன்னான், ‘‘முதியவர்கள் சில சமயங்களில் நகைகளை மெத்தைகளின் அடியிலோ, குளிர்சாதனப் பெட்டியிலோ வைத்துவிடுவார்களாம்.’’

‘‘அந்த நகைகளை எப்படிப் போட்டுக்கொள்வது? அல்லது அதன் மீது படுத்தால் அசௌகரியமாக இருக்காதா?’’ ‘‘அழகுதான் போ!’’

வீட்டைப் பராமரிப்பதில் பாட்டி அப்படி ஒன்றும் திறமையான வள் அல்ல. அது எனக்கு எப்போதுமே பிடிக்கும். அவள் அலட்டிக் கொள்ள மாட்டாள். அதனாலேயே நான் ல்யூக்கின் அம்மாவுடன் வசிக்க நேர்ந்தது; அவள் எல்லாவற்றையும், கனகச்சிதமாகச் செய்து விடுவாள். நானும் ல்யூக்கும் ஒரே கிளப்பில் பயிற்சிகள் செய்ததால் எங்களைக் கூட்டிக்கொண்டு போவதும், வருவதும் எளிதாக இருந்தது. மிகவும் வித்தியாசமான பெண். ல்யூக்கின் அம்மா எல்லாவற்றையும், வேகமாக, மறுசுழற்சி செய்து பயன்படுத்துவாள். பாட்டியோ, எல்லா வற்றையும் சேர்த்துவைத்துக்கொள்பவள். செய்தித்தாள்கள் குவியலா கக் கிடக்கும்; பழைய காகித உறைகள். நான் எல்லாவற்றிலும் தேடிப் பார்த்தேன். எல்லாம் காலி. படங்கள் வரைந்த கான்வாஸ்கள் கூடத்தின் சுவர்களின் மீது அடுக்காகச் சாய்த்துவைக்கப்பட்டிருந்தன. ஒரு படம் மட்டுமே சுவரில் மாட்டியிருந்தது.

"ஹே, இது உன்னுடைய படம் அல்லவா? உன்னை வரைவதற் காக நீகூட மணிக்கணக்கில் உட்கார வேண்டியிருந்ததே!" ல்யூக் உரக் கக் கேட்டான்.

"இருபது மணி நேரம்" அப்போதுதான் நேரத்தைக் கழிப்பதற்காக ஆஸ்திரேலியாவுக்காக நான் மகளிர் ஹாக்கிக் குழுவில் ஆடிக் கொண்டிருப்பதாகக் கனவு கண்டுகொண்டிருந்தேன். இரண்டாவது பாதியின் கடைசி நிமிடத்தில் ஆட்டத்தின் ஒரே கோலைப் போட் டேன். பல தேசங்களிலிருந்தும் வந்தவர்கள் என்னைப் பார்த்து ஆர வாரித்தனர். தொலைக்காட்சியில் விளையாட்டு அலைவரிசையில் தோன்றினேன். ஆனால், எனக்குக் கிடைத்ததெல்லாம், அசையாமல், அறையின் ஒரு மூலையையே பார்த்துக்கொண்டிருக்க வேண்டியிருந்த தால், கண்ணில் வலிதான். ஒன்றும் செய்யாமல் உட்கார்ந்திருப்பது ஒன்றும் அவ்வளவு கஷ்டமானது என்று நாம் நினைக்க மாட்டோம். ஓவியனுக்கு மாடலாக உட்காருவது எனக்கானது அல்ல. ஆகையால்,

போலி அடையாளம் / 41

வேலை அனுபவத்துக்காக ஓவியனிடம் போக மாட்டேன், அதுவும் உருவப் படம் வரையும் ஓவியனிடம். போய்ப்பார்த்தாயிற்று, போதும்.

படம் கோணலாக மாட்டப்பட்டிருந்தது. உங்களுக்குத் தெரியுமா, படம் கோணலாக மாட்டியிருந்தால் சிலருக்குப் பிடிக்காது. அவர்களில் ல்யூக் ஒருவன். அதனால் அதை நேராக்க அவன் முயல்கிறான்.

சோபாவின் கைப்பிடியில் ஒரு காலை வைத்து, சமமாக நிற்க முயன்று, ல்யூக் படத்தைப் பிடிக்கப் போய், தள்ளாடி, 'என்' படத்தைச் சுவரிலிருந்து கீழே தள்ளிவிட்டான். டமால்! படம் அதனுடைய மூலை தரையில் இடிக்க விழுந்து, சட்டம் துண்டுதுண்டாயிற்று; அதே நேரத்தில் ல்யூக் பின்புறமாகத் தள்ளாடினான்.

"கவனம்!" சமநிலை குலைந்து, ல்யூக் படத்தில் இருந்த என் முகத்தின் மீது காலை அழுத்தினான். அவனுடைய ஷூவின் குதிகால் வண்ணம் தீட்டப்பட்ட என் முகம் இருந்த கான்வாஸ் பகுதியைக் கிழித்துக் கொண்டு போயிற்று. கான்வாஸ் கிழிந்து, ஓட்டை விழுந்தது.

"முட்டாளே!" நான் அவனைப் பிடித்துக்கொண்டேன். அவன் தன் காலைத் திருப்பி, வெளியே எடுத்தான். ஆனால், ஓட்டை அப்படியே இருந்தது. தான் என்ன செய்தோம் என்பதை உணர்ந்த அவன் முகம் வெளிறிப்போயிற்று. "ஏதாவது பசையை நாம் பயன்படுத்தலாமா? அல்லது ஒட்டுப்பிளாஸ்திரி?" அவன் விரல்கள் ஓட்டையில் துருத்திக்கொண்டிருந்த சட்டத்தைச் சரிசெய்ய முயன்றன.

"பாட்டி வரைந்த படத்துக்கு முதலுதவியா?" நான் சிரிக்கத் தொடங்கினேன்; அது பிறகு அழுகையாக மாறியது. "அது எதையும் சரிசெய்யாது. பாட்டி போய்விட்டாள். என் படம் யாருக்கும் வேண்டாம்... அல்லது பார்க்கின் படம். யார் ஒரு நாயின் படத்தையும் எலும்பின் படத்தையும் தங்கள் சுவரில் எப்போதும் வைத்திருக்க விரும்புவார்கள்? பாட்டிக்கு மட்டும்தான் பார்க் பிடிக்கும்."

நான் ஏன் அழுதுகொண்டிருந்தேன் என்று எனக்குத் தெளிவாகத் தெரியவில்லை. எப்படியோ, அந்தப் படம் எனக்குப் பிடிக்காத ஒன்று.

என் பாக்கெட்டிலிருந்து நைந்து நூலாகிப்போன டிஷ்யூ காகிதத்தை எடுத்தேன். கண்ணீர் வழிந்தது. மூக்கில் நீர் வடிந்தது. கண்களிலிருந்து நீர் வடிந்தது.

''மன்னித்துவிடு ஜோயி'' ல்யூக் எழுந்து நின்றான். அவன் என்னைத் தொடவில்லை. ''உன் பாட்டிக்கு அது பிடித்ததொன்றாக இருந்திருக்க வேண்டும், அதை நெருங்கிப் பார்க்கும்போது, முகம் உன்னுடையதைப் போல இல்லை என்றாலும். என் வீட்டில் உன் படுக்கை அறையில் அதை மாட்டலாமா? அப்போது, படத்தில் இருக்கும் ஓட்டையை யாரும் பார்க்க மாட்டார்கள். அல்லது ஒட்டுப் போட்டு அதன்மீது வர்ணத்தைத் தீட்டிவிடலாம்.'' ல்யூக் கண்களைக் குறுக்கி அதைப் பார்த்தான். ''வித்தியாசத்தை யாரும் கண்டுபிடிக்கப் போவதில்லை, இல்லையா?''

''விடு'' நான் மூக்கை உறிஞ்சினேன். என் மூக்கில் நீர் இன்னும் ஒழுகிக்கொண்டிருந்தது. எல்லாமே ஈரமாக இருந்ததாக உணர்ந்தேன். எதுவும் சரியாக நடக்கவில்லை. நான் ஒருத்தியே எல்லாவற்றையும் சரிசெய்ய வேண்டியிருந்தது.

படத்தைத் தூக்க முயன்றேன். கனமாக அது இருந்ததால் தூக்கி நிறுத்தச் சிரமப்பட்டேன். ''இதை இப்படியே விட்டுவிடுவோம். அறங்காவலரிடம் நான் சொல்லிக்கொள்கிறேன். அவர் இதைக் கவனிக்காமலும் போகலாம்.'' படத்தைச் சுவர்மீது சாத்திவைத்தேன். ஆனால், ல்யூக் கான்வாஸைத் திருப்பினான். ''அட, மற்ற பக்கத்தில் இன்னொரு படம் இருக்கிறதே'' என்றான். சற்றுத் தள்ளி நின்று ஏதோ வல்லுநர்கள் செய்வதுபோல் கண்களைப் பாதி மூடி, அதைப் பார்த்தான். பிறகு மண்டியிட்டு, கண்களைச் சுருக்கி, படத்தின் ஒரு மூலையில் இருந்த ஒரு திட்டு வண்ணத்தைப் பார்த்தான்.

''உன் குடும்பத்தினரைக் காட்டும் வம்சாவளி மரத்தின் படம் போல் இருக்கிறது, கிளைகளில் நபர்களின் முதலெழுத்துகளைக் கிறுக்கியிருக்கிறது. இதை வரைய ரொம்ப நாட்கள் ஆகியிருக்கும்.

இந்த மரத்தைக் கணினியில் எளிதாக வரைந்துவிடலாம். நீ இதில் இருக்கிறாயா?"

"தெரியவில்லை, இப்போதுதான் முதல்முறையாக நான் பார்க்கிறேன்." படத்தை உற்றுப் பார்த்தேன். அதில் பழுப்பு நிறத்தில் கிளைகள் இருந்தன. "இதோ பார், மேலே, உயரத்தில் அந்தச் சிறிய கிளை. அதில் என் முகமும், Z என்ற எழுத்தும் இருக்கிறது." நான் அதற்குக் கீழே பார்த்தேன், ல்யூக்கின் ஷூ ஏற்படுத்தியிருந்த ஓட்டைக்குள் பின்புறம். "மரத்தின் தண்டுப் பகுதியில் இருப்பதைப் படிக்க முடியவில்லை."

படத்தின் கீழ்ப் பகுதியைக் கண்களைச் சுருக்கிப் பார்த்தேன். "இது டாக்மார் என்று கையெழுத்திடப்பட்டிருக்கிறது. இதில் பாட்டி ஏன் வேறு பெயரில் கையெழுத்துப் போட்டிருக்க வேண்டும்? தங்கள் பெயரிலேயே தங்கள் ஓவியங்கள் அறியப்படுவதைத்தானே ஓவியர்கள் விரும்புவார்கள்?"

"அது மாக்டா இல்லையென்று நிச்சயமாகத் தெரியுமா? படிப்பதற்கு எழுத்துகளும் தெளிவாக இல்லை" என்று ல்யூக் சொன்னான்.

"டாக்மார் என்பதுதான் அவளுடைய உண்மையான பெயரோ என்னவோ, அல்லது அவளுடைய பல பெயர்களில் ஒன்று." என் யோசனையைக் கூறினேன். "அது மாக்டா இல்லை."

"அதே எழுத்துகள். கடைசியில் இருக்கும் 'ர்' என்பதைத் தவிர. ஆனால், வேறு அமைப்பில்" என்றான் ல்யூக்.

உண்மைதான். ல்யூக்கின் மூளை மற்றவர்களின் மூளையைவிட வித்தியாசமானது. சற்றே ஒருவிதக் கிளர்ச்சி உண்டாயிற்று.

தேடுவதை எங்கே ஆரம்பிக்க வேண்டும்? கூடத்தில் VCRஇல் இன்னும் ஒளிநாடா இருந்தது. பாட்டிக்காக கேட் அவளுக்குப் பிடித்த ஆவணப் படங்களைப் பதிவுசெய்துகொள்வதற்காகப் போன கிறிஸ்துமஸுக்கு வாங்கிக் கொடுத்தது. பாட்டிக்குப் பிடித்த ஆவணப்படங்கள், அம்மாவுக்குப் பிடித்தவை அல்ல, அம்மாவுக்குப் பறவைகள், ஐஸ் மலைகள் போன்ற இயற்கை பற்றிய ஆவணப்படங்கள்தான் பிடிக்கும்.

பாட்டிக்கோ வரலாறு, மக்கள், இத்யாதி பழைய விஷயங்கள்தான் பிடிக்கும். கடந்தகால நிகழ்ச்சிகள் எதுவாக இருந்தாலும் பாட்டி பார்ப் பாள். உனக்கு வரலாறு என்பது எனக்கு நடப்பு விஷயங்கள் என்று பாட்டி ஒருமுறை சொன்னாள்.

நான் ‘வெளியே தள்ளு’ என்ற பொத்தானை அமுக்கினேன். ஒரு ஒளிநாடா வெளியே நழுவி வந்தது. அதில், ல்யூக்கின் கையெழுத்தில் ‘ஹங்கேரி 1956’ என்று எழுதியிருந்தது.

“இதை நீதான் எழுதினாயா?” எனக்கு இப்போது அவன் கையெழுத்து நன்றாகத் தெரியும், ஆனால், நான் தெரிந்துகொள்ள விரும்பியது பாட்டிக்கு எதற்காக அவன் அதை எழுதிக்கொடுத்தான் என்பது.

ல்யூக் இரண்டு எட்டில் கூடத்துக்குள் வந்தான். “ஆமாம், நான் தான். SBS அலைவரிசையில் வெளிநாட்டுத் தொலைக்காட்சி நிகழ்ச்சி களைப் பதிவுசெய்வதற்காக ஒளிப்பதிவுக் கருவியைச் சரிசெய்யச் சொன்னாள். தன்னுடைய மூக்குக்கண்ணாடியை எங்கேயோ வைத்து விட்டிருந்ததால் என்னைச் சீட்டில் எழுதச் சொன்னாள். மற்றவற் றுடன் அது கலந்துவிடாமல் இருக்க.”

“எதைப் பற்றியது அந்தப் படம்?” அந்தக் கறுப்பு ஒளிநாடாப் பெட்டியை இப்படியும் அப்படியும் திருப்பிப் பார்த்தேன். ஏதாவது தடயம் கிடைக்குமா என்று.

“ஹங்கேரியில் 1956இல் ஏதோ புரட்சி ஏற்பட்டதாம். திரும்பத் திரும்ப ஒரு குறிப்பிட்ட காட்சியை உறையச் செய்து பார்த்துக்கொண் டிருந்தாள். அந்தக் கூட்டத்தில் யாரையோ தேடிக்கொண்டிருந்தாள் என்று நினைக்கிறேன்.”

“அதில் அவள் இருந்தாள் என்று நினைக்கிறாயா?” அவளுடைய கடந்தகாலத்துக்கு இது ஒரு தடயமாக இருக்கலாமோ?” செய்தித்தாள் நறுக்கின் தேதி எனக்கு நினைவுக்கு வந்தது.

''ஹங்கேரியிலா? 'இறந்தவர்கள் சங்கத்'திற்கான இணைப்புகள் சில வற்றை அவளுக்குக் காட்டினேன். அதில் அவள் ஆர்வம் காட்டினாள்.'' என்னுடைய கேள்வியைப் பற்றி ல்யூக் யோசித்தவாறு சற்று நிறுத் தினான். ''அந்த வீடியோ படத்தில் அவள் இருந்தாள் என்கிறாயா?'' ஒளிநாடாப் பெட்டிகளை அவன் ஒன்றன் பின் ஒன்றாகப் பார்த்தான், அவற்றின் அடையாளச் சீட்டுகளைப் பார்த்தான்.

''இரண்டும்தான். ஹே, இது என்ன, '**காணாமல்போன மில்லியன் கள்**' உன் கையெழுத்தில். அது என்ன?''

ஒரு நிமிடம் ஒளிநாடாவில் அவள் தன் உயிலை எழுதிவைத் திருக்கிறாளோ என்று நினைத்தேன். ஆனால், எனக்கு ஒரு விஷயம் நினைவுக்கு வந்தது.

''உயில் எழுதாமல் சொத்துகளை விட்டுவிட்டு இறந்துபோனவர் களைப் பற்றிய நிகழ்ச்சி அது. சொத்துகள் யாருக்குப் போய்ச் சேர வேண்டும் என்று கண்டுபிடிக்க வேண்டும். அந்த நிகழ்ச்சிகளைத் தொகுத்து அளிப்பவரின் தொலைபேசி எண்ணை உன் பாட்டி கேட் டாள்'' ல்யூக் விளக்கினான்.

அந்த நிகழ்ச்சி சில வாரங்களுக்கு முன்தான் ஒளிபரப்பாகியிருந் தது. ''அந்தத் தேதியைப் பார்த்தாயா?'' என்று கேட்டேன்.

ஹங்கேரி குறித்த வீடியோவைக் குறித்துதான் நான் கேட்கிறேன் என்று ல்யூக் நினைத்தான். **1956** என்பது ஒரு தடயம். மெல்பர்னில் ஒலிம்பிக் விளையாட்டுகள் நடந்துகொண்டிருந்தன. ஃபாக்ஸ்டெல் லின் 'ஒலிம்பிக்ஸ் பின்னோக்கிய பார்வை' நிகழ்ச்சியில் அதை நான் ஓரிரு முறை பார்த்திருக்கிறேன்.

அதைப் பற்றி இன்னொரு வகையில் எனக்குத் தெரியும். தாத்தா **1956** மெல்பர்ன் ஒலிம்பிக் போட்டியில் கலந்துகொண்டிருந்தார். பிறகு அவர் இங்கேயே தங்கிவிட்டார். ஹங்கேரிக்குத் திரும்பிப் போகவே இல்லை. ஆஸ்திரேலியாவை விட்டு விடுமுறைக்காகக்கூடப் போனதில்லை. வீடே அவருக்குப் போதும் என்று எப்போதும் சொல்

வார். அவருக்கு ஆஸ்திரேலியா மிகவும் பிடித்ததால் அப்படிச் சொன்னார் என்று நினைத்தேன். ஒருவேளை அவர் பிற இடங்களுக்குப் போவது ஆபத்தானதாக இருந்ததோ என்னவோ.

''உன் பாட்டி தன்னுடைய கடந்தகால வாழ்க்கையைப் பற்றித் தெரிந்துகொள்வதற்குத்தான் SBS, மற்ற வெளிநாட்டு ஆவணப் படங்களைப் பார்த்தாள் என்று நினைக்கிறாயா? அவளுடைய கடவுச்சீட்டில் அவள் எப்போது ஆஸ்திரேலியாவுக்கு வந்தாள் என்ற முத்திரை இருக்காதா?'' அவனுடைய மூக்குக்கண்ணாடி பெண்களைக் கவராது, ஆனால், அவனுடைய மூளை வாயுடன் இணைந்திருந்தது. அவன் கேட்கும் கேள்விகள் அடிக்கடி கூடுதல் கேள்விகளுக்கு இட்டுச்செல்லும்.

''இதுவரை கடவுச்சீட்டு எதையும் பார்த்ததில்லை.''

ஒளிநாடாவை உள்ளே தள்ளி 'இயக்கு' பொத்தானை அமுக்கி, புரட்சியாளர்கள் அணிவகுத்துச் செல்லும் காட்சிகளைப் பார்த்தேன். புரட்சி. தொடர்ந்து சாம்பல் நிறப் பின்னணிகள். மடிப்புகளுடன் இருந்த புகைப்படத்துக்கும் இதற்கும் ஏதாவது தொடர்பு இருந்ததோ என்னவோ. 'ஒரு நிமிஷம்' என்று சொல்லிவிட்டு என் முதுகுப்பையில் அந்தப் புகைப்படத்தைத் தேடினேன். ''இந்தப் படம் அந்த நேரத்தில் எடுக்கப்பட்டதாக இருக்கும் என்று நினைக்கிறாயா? இந்த ஆள் இங்கே இருப்பவர்களில் எவர் போலவாவது இருக்கிறாரா?''

''தெரியவில்லை!'' ல்யூக் படத்தை ஒருமுறை பார்த்தான். ''இருக்கலாம். அதே போர்க்காலப் பின்னணி. இவர்கள் எல்லோரும் பார்க்க ஒரே மாதிரி இருக்கிறார்கள், குறிப்பிட்ட நபர் நமக்குத் தெரிந்திருந்தால் ஒழிய.''

நான் 'மீண்டும்' என்ற பொத்தானை அமுக்கினேன். ஒவ்வொரு சட்டமாக, முகங்கள் ஒத்துப்போகின்றனவா என்று பார்த்தேன். நிறைய கருத்த முடிகள், சீருடைகள், தாடிகள். ஒருவரையொருவர் நகல் எடுத்தது மாதிரி. ஹங்கேரியைப் பற்றிப் பாட்டி ஏன் அவ்வளவு அக்கறை

காட்டினாள்? என்னுடைய வீட்டுப்பாடத்துக்கு உதவி செய்யவா? திரு. கிராண்ட் இந்த வேலையை எங்களுக்குக் கொடுத்ததுவரை, பாட்டி ஆஸ்திரேலியாவுக்கு 1956இல் வந்தாள் என்பது தெரியும்; வேறு எதுவும் தெரியாது. பாட்டி என்பவள் எப்போதும் வயது முதிர்ந்த வளாகவே இருந்தாள் என்று நினைக்கிறோம். அவள் குழந்தையா கவோ, நம்மை ஒத்த இளம் பெண்ணாகவோ இருந்திருப்பாள் என்று நாம் எண்ணுவதே இல்லை. பாட்டி பாட்டிதான்; அதுவும் வயது போனவளாக.

இதோ பார், புகைப்படத்திலிருக்கும் முகத்தை ஒத்த ஒன்று, ஆங்கி லத்தில் துணைத் தலைப்புடன்: **டிபோர், செயற்பாட்டாளர்.** 'நிறுத்து' என்ற பொத்தானை அமுக்கினேன். சட்டம் உறைந்து நின்றது. வீடியோவில் செயற்பாட்டாளர் டிபோர் பதிவாகியிருக்கிறார். ஆனால், இதை வைத்துக்கொண்டு என்ன செய்வது?

''பயிற்சிக்குப் போக மறந்துவிட்டது'' ல்யூக் தன் கடிகாரத்தைப் பார்த்தான். ''நீயும் போவதாக இருந்தால் அம்மா தன் காரில் அழைத் துப்போவதாகச் சொன்னாள். இறுதிச் சடங்குக்கு வர முடியவில்லை என்று வருத்தப்பட்டாள். நகரத்தின் இன்னொரு கோடியில் இருக்கும் முகவரி ஒன்றுக்குப் பட்டுவாடா செய்ய வேண்டியிருந்தது. மூன்று மடங்குக் கட்டணம்.''

''அதற்குப் பதிலாக உன்னை அனுப்பினாளா?'' நான் கேட்டேன். ல்யூக்கின் அம்மா தனியார் அஞ்சல் சேவை நிறுவனம் ஒன்றை நடத் திக்கொண்டிருந்தாள். அவள் பிழைப்புக்காக அஞ்சல் உறைகளையும், பாக்கெட்டுகளையும் நகரின் பல இடங்களுக்கும், புறநகர்ப் பகுதி களுக்கும் எடுத்துச்சென்று கொடுப்பாள். வார்ன் குடும்பம் அவ்வளவு வசதியானதில்லை, ஒருவாறு அவர்கள் சமாளித்தார்கள். அவசரப் பணியை அவளால் மறுக்க முடியாது என்பதை நான் அறிவேன்.

ல்யூக் தலையை ஆட்டினான். ''இல்லை, வர வேண்டும் என்று நான் தான் நினைத்தேன். பாட்டிக்கு என் மரியாதையைத் தெரிவிக்க இறுதிச் சடங்குக்குப் போக வேண்டும் என்று அப்பா சொன்னார்.''

‘‘இன்றைக்குப் பயிற்சிக்குப் போக வேண்டாம் போலிருக்கிறது’’ என்றேன். ‘‘உன் அம்மா கோபித்துக்கொள்ள மாட்டார்களே?’’

ல்யூக் தோள்களைக் குலுக்கினான். ‘‘கோபித்துக்கொள்ள மாட்டாள். நம் அணித் தேர்வுக்கு முயற்சி செய்ய வேண்டுமென்றால், நாளைக்குப் போயாக வேண்டும். விளையாடுபவர்கள் பயிற்சிக்குப் போகாமல் இருப்பதை அப்பா விரும்ப மாட்டார்.’’

ல்யூக்கின் வீட்டில் நான் தங்கியிருந்ததால், அவன் குடும்பத்தினர் எனக்கு மிகவும் உதவியாக இருந்தார்கள். அவனுடைய அம்மா ‘ஜஸ்ட் கூரியர்ஸ்’ என்கிற தனியார் அஞ்சல் சேவையை நடத்திக்கொண்டிருந்தாள். அப்பா ஒரு எலக்ட்ரிஷியன். சொந்தமாகத் தொழில் செய்துகொண்டிருந்ததால், ஒரு நாளில் நீண்ட நேரம் வேலை செய்தார்கள். அதனால், யார் முதலில் வீடு திரும்புகிறார்களோ அவர்கள் சமைத்துவிடுவார்கள். பொதுவாக, இரவில் நேரம் கழித்தே சாப்பிடுவார்கள். ஆரம்பத்தில் வார்ன் குடும்பத்தினருடன் வசித்தது எனக்கு ஒரு அண்ணன் கிடைத்ததுபோல் இருந்தது. ஆனால், கொஞ்சம் நாட்களாக ஒரு மாற்றம் ஏற்பட்டிருந்தது. ல்யூக்குக்கு மின்னணுவியலில் ஆர்வம் அதிகம். ஆனால், சில நேரங்களில் என்னை ஏதோ கணினித் திரையைப் பார்ப்பதுபோல் பார்ப்பான்.

‘‘ஹாக்கி விளையாடப் போகவில்லையென்றால் இந்தக் கோப்புகளைப் பார்ப்போமே!’’

ல்யூக் பாட்டியின் கணினியைத் திறந்தான். உன் பாட்டி உனக்காக ஒரு ஃபைலை விட்டுச் சென்றிருந்தால், அது உன் நகத்தைச் சீராக்கும் ஃபைல் அல்ல. அவள் கடைசியாக எந்த இணையதளங்களுக்குப் போனாள் என்று பார்ப்போம்.

‘‘கடவுச்சொல் வேண்டாமா?’’ நான் கேட்டேன். நான் போன பள்ளிக்கூடங்களில் எனக்காகப் பயன்படுத்திய கடவுச்சொற்களை நினைவில் வைத்துகொள்ள மிகவும் கஷ்டப்பட்டேன். பள்ளிக்கூடத்தில் கொடுக்கப்பட்டிருந்த பாதுகாப்புப் பெட்டியின் சாவிகளைத்

தொலைத்துவிட்டுப் புதிய சாவிகளை வாங்குவதைவிட இது கடின மானது.

ஆகவே, நானும் ல்யூக்கும் கடவுச்சொல்லைக் கண்டுபிடிப்பதற்குத் தட்டுத்தடுமாறிக்கொண்டிருந்தோம். பாட்டியின் கணினியைச் சரி செய்ய ல்யூக் உதவியிருந்ததால் அவனுக்குக் கடவுச்சொல் தெரிந்திருக் கும் என்று நினைத்தேன். ஆனால், அவனுக்கு நினைவில்லை. அதனால், பாட்டி வாழ்க்கையைப் பற்றிய பல துணுக்குத் தகவல்களை வெவ்வேறு விதங்களில் சேர்த்து முயன்றுகொண்டிருந்தோம்.

''பெரும்பாலானவர்கள் தங்கள் பிறந்த தேதியைத்தான் பயன் படுத்துவார்கள்'' என்றான் ல்யூக். தொடர்ந்து ''ஆனால் அவள் மற்ற வர்களைப் போல் இல்லையே!''

பாட்டியின் கடவுச்சொல் அவள் பிறந்த நாள் அல்ல. சொல்லப் போனால், மாக்டாவின் பிறந்த நாள் அது அல்ல. மாக்டா என்பதுகூட அவள் பெயர் இல்லை.

''தாத்தாவின் பெயரைப் போட்டுப் பார்'' என்றேன்.

ஒளிநாடாவை என் முதுகுப்பையில் வைத்துக்கொண்டேன். கையில் எந்த ஒளிநாடா கிடைத்தாலும் ல்யூக் அதில் கால்பந்தாட்டம் எதையாவது பதிவுசெய்துவிடுவான். நான் கவனமாக இல்லையென் றால், இன்றைய அரைஇறுதிக் கால்பந்தாட்டம், ஹங்கேரி புரட்சியை அழித்துவிடும்.

ல்யூக் 'தாத்தா' என்று தட்டினான்.

''முட்டாளே, அவரைத் தாத்தா என்று பாட்டி அழைக்கவில்லை. அவர் பெயர் யானோஸ்.''

ல்யூக் யானோஸ் பெயரைத் தட்டினான். ஒன்றும் நடக்கவில்லை. இன்னொரு பெயரை உள்ளிட்டான்.

''ஓவியத்தில் இருக்கும் கையெழுத்து!'' என்று என் யோசனையைச் சொன்னேன்.

ல்யூக் ‘டாக்மார்’ என்ற பெயரை உள்ளிட்டான்.

“மிகச் சரி.”

இப்போது கணினி திறந்துகொண்டது.

எண் 1: பெயர்: மாக்டா. எண் 2: பெயர்: டாக்மார். எண் 1: குடும்பப் பெயர்: கோன்யா. எண் 2: குடும்பப் பெயர்: கிஸ் அல்லது கோவாக்ஸ். விஷயம் சற்றுச் சிக்கலாகிக்கொண்டிருந்தது. பாட்டி இங்கே இல்லாததால் அவளைக் கேட்பது கடினம். அவள் இங்கு இருந்திருந்தால் பல விஷயங்களுக்கு வசதியாக இருக்கும். பாட்டியின் கடந்தகாலத்தைத் தெரிந்துகொள்வது எங்கள் இருவருக்கும் பெரிய வேலையாக இருக்கப்போகிறது.

அம்மா இங்கே இல்லாததால் பாட்டியின் உடைமைகளை நான் தான் ஒழுங்குபடுத்திக் கட்டிவைக்க வேண்டும் போலிருக்கிறது. எங்களுக்குத் தேவையானவையைத் தவிர மற்றவற்றை உள்ளூர் அறநிலையம் எதற்காவது கொடுத்துவிடலாம் என்று டோனா சொல்லியிருந்தாள். கணினியில் மாக்டாவின் கோப்புகளை, ல்யூக் தேடிக்கொண்டிருந்த போது, நான் துணிகள் வைக்கும், பெரிய நிலைக்கண்ணாடிகளைக் கொண்ட அலமாரியை ஆராய்ந்தேன். பழைய பெட்டி, பாரிஸ், மெல்பர்ன் என்று இடங்களின் பெயர்களைக் கொண்ட விமானப் பயணச்சீட்டுகள், ஷூக்கள், பெட்டிகள், நகைகள், ஸ்கார்ஃபுகள், பாட்டி பெல்லி-நடனத்துக்குப் பயன்படுத்திய அலங்காரப் பொருட்கள், ஊடுருவும் வெளிர்நிறங்களில்.

ஒரு சிவப்பு முகத்திரையை என் உடம்பைச் சுற்றிப் போட்டுக் கொண்டு, நிலைக்கண்ணாடியில் என்னைப் பார்த்துக்கொண்டேன். ஏதோ பின்னணி இசை இசைக்கிறதுபோல், நான் உடம்பை ஆட்டினேன். முகத்திரையைத் தூக்கி, கண்கள் மட்டும் தெரியும்படி மூக்கு வரை மூடிக்கொண்டேன். *நான் பாட்டியைப் போல இருக்கிறேனா?* எங்கள் இருவருக்குமே பெரிய மூக்குகள். அவளுடைய மரபணுக்கள் என்னுள் இருக்கத்தானே *செய்தன? பாட்டியின் முகத்திரையையும்,*

நடன உடையையும் என் முதுகுப்பைக்குள் திணித்துக்கொண்டேன். ரோஜா மணத்தில் அவளுடைய வாசனைத் திரவியம் கமழ்ந்தது.

அடுத்த பெட்டியைத் திறந்து, தாத்தாவின் கால்பந்தாட்ட நிகழ்ச்சி நிரலை வெளியே எடுத்தேன். அவருடைய விளையாட்டு விஷயங்க ளைப் பாட்டி பத்திரமாக வைத்திருந்தாள். **இங்கிலாந்து எதிர் ஹங்கேரி யின் சர்வதேசக் கால்பந்தாட்டச் சங்கம். நவம்பர் 25, புதன், 1953. எம்பயர் விளையாட்டரங்கு, வெம்பிளி.**

அதிர்ஷ்டவசமாக, அது ஆங்கிலத்தில் இருந்தது. ஹங்கேரியின் கால் பந்தாட்ட வீரர்களின் யார்-எவர் பட்டியலைத் திருப்பிப் பார்த்தேன். ஒரு இளைஞனாகத் தாத்தாவின் படம் இருந்தது. **யானோஸ் கோவாக்ஸ், நடுவில் முன்னேறும் வீரர், களத்தில் மிகச் சிறப்பாக ஆடுபவர்; அரசி யல் தலைவரான யானோஸ் விளையாட்டையும் அரசியலையும் ஒருங்கே இணைத்திருப்பவர். மணமானவர், ஒரு மகன். பெயர் சாண் டர்.**

மகன்? இது கவலை தரும் விஷயம். தாத்தாவுக்கும் பாட்டிக்கும் ஒரு மகள்தான் இருந்தாள். கேட், என் அம்மா. மேலும், 1953இல் அவள் பிறக்கக்கூட இல்லை! கோவாக்ஸ் என்பதாவது பொதுவான பெயராக இருந்தது. என் குடும்ப வரலாறு சற்றுச் சிக்கலாகிக்கொண்டிருந்தது. எதுவுமே நிச்சயம் என்று இல்லை.

படங்களாகத் தடயங்கள் கிடைக்குமா என்று பார்த்தேன். விளை யாட்டு வீரர்களின் படங்கள். ஹங்கேரியப் புகைப்படக் கண்காட்சி யில் நீச்சல் வீரர்கள், கத்தி வீசுபவர்கள், டேபிள் டென்னிஸ் குழுக்கள், கால்பந்தாட்டக்காரர்கள் என்று படங்கள் இருந்தன. முகப்பில் தாத் தாவின் படம் இருந்தது.

"ஒருநாள் நீ ஆஸ்திரேலியாவுக்காக விளையாடுவாய், நான் ஹங் கேரிக்கு விளையாடின மாதிரி" என்று தாத்தா ஒருமுறை சொல்லி யிருந்தார்.

இன்னொரு நிகழ்ச்சிநிரலை எடுத்துப் பார்த்தேன். மெல்பர்ன் ஒலிம்பிக் விளையாட்டுகள் 1956. இதிலும் தாத்தா இருந்தாரா? ஆமாம். இருந்தார். மூன்று ஆண்டுகள் கழித்து. ஆனால், குடும்பத்தைப் பற்றிய தகவல் எதுவும் இல்லை. அவருடன் யார் இருந்தார்கள்? அவர் பாட்டியைத் திருமணம் செய்துகொண்டிருந்தால், மகன் அவளுடையவனா? உள்ளே ஒரு செய்தித் துண்டு: 'ஹங்கேரிய விளையாட்டு வீரர் ஆஸ்திரேலியாவிலேயே தங்கிவிட முடிவெடுத்திருக்கிறார்.' ஒரு தெளிவில்லாத புகைப்படம். அது தாத்தாவாக இருக்கலாம். அவர் ஏன் தங்கிவிட முடிவெடுத்தார் என்பதைக் கேட்டு அறிய யாரும் இல்லை.

'திறக்கக் கூடாது' என்ற உறையில் இருந்த அதே புகைப்படமா? ஆமாம்! பொருந்திப்போகிறது. ஆக, இது பாட்டிக்கு மிக முக்கியமானதாக இருந்திருக்கிறது. பழைய புகைப்படத்தைத் துழாவி எடுத்தேன். இளம் வயதுப் பாட்டியுடன் இருந்த ராணுவ வீரராக இருக்கலாம். இல்லை, இது வேறு மனிதர். ஆனால், அவர் ஆவணப் படத்தில் துணைத் தலைப்புக்கு மேலே இருந்த டிபோரைப் போன்ற சாயலில் இருந்தார். உறைந்த சட்டகத்தில். கருமையான முடிச்சுருள். தாடி வித்தியாசமாக இருந்தது. ஆனால், கண்கள் அதே மாதிரி இருந்தன. எப்படி இதையெல்லாம் சரியா என்று பார்ப்பது?

ஹங்கேரிப் புரட்சியில் யார் யாருடன் போரிட்டுக்கொண்டிருந்தார்கள்? பாட்டி எந்தத் தரப்பில் இருந்திருப்பாள்?

அறநிலையத்துக்குப் போக வேண்டிய பையை நிரப்புவது கஷ்டம். பாட்டியின் வாழ்க்கைத் துணுக்குகளைத் தூக்கி எறிந்துவிட நான் விரும்பவில்லை. ஆனால், எப்படியும் இந்த வீட்டை விற்றுவிடுவார்கள்.

மற்ற அறையில், கணினித் திரையில் கண்களைப் பதித்தவாறு, ல்யூக் வெகு வேகமாக விசைப் பலகையைத் தட்டிக்கொண்டிருந்தான்.

"இறுதி நினைவுகள் இணையதளத்தைக் கண்டுபிடித்துவிட்டேன். பாட்டி எட்டு நாட்களுக்கு முன் இதற்குத்தான் போயிருந்தாள்." ல்யூக் பற்கள் தெரியச் சிரித்தான். "ஒரு இரவு நாங்கள் பேசிக்கொண்

டிருந்தோம். நான் மூன்றாவது சுற்று சாப்பிட்டவுடன் விளையாட்டாகப் பாட்டி கேட்டாள். நான் அவளுடைய உயர்தொழில்நுட்ப 'காக்கும் தேவதை'யாக இருப்பேனா என்று.''

"தேவதைகளில் பாட்டிக்கு நம்பிக்கை இல்லை... மத ரீதியாக... அது எனக்கு நிச்சயம் தெரியும். மத விஷயங்கள் எதற்கும் பாட்டிக்கு நேரமிருக்கவில்லை.''

"**இணைய தேவதை**" என்றான் ல்யூக். "**இறுதி நினைவுகள்** இணைய தளத்துக்கு நினைவுபடுத்த. அதைத்தான் இப்போது செய்துகொண்டிருக்கிறேன்.'' ல்யூக் 'அனுப்பு' என்ற பொத்தானை அழுத்தினான்.

O

4

www.இறுதி நினைவுகள்.com

"உன் தாத்தா எப்போது இறந்தார் என்று உனக்குத் தெரியுமா?" ல்யூக் விசைப்பலகையை வேகமாகத் தட்டிக்கொண்டிருந்தான். "மாக்டா தன் திருமணச் சான்றிதழை வக்கீலிடம் காட்ட முடிய வில்லை."

"ஆமாம். தாத்தாவுக்கு என்ன வேண்டியிருந்தது என்பதைப் பற்றி அவர்கள் பேசிக்கொள்ளவேயில்லை... அவருடைய இறுதிச் சடங்கு விவகாரங்கள். அல்லது யாருக்கு எது போய்ச் சேர வேண்டும் என்று. பாட்டியோ எல்லாவற்றுக்கும் தயாராக இருக்க வேண்டும் என்று நினைப்பவள்.

ல்யூக் கணினித் திரையைச் சுட்டிக்காட்டினான். "அவள் நிச்சயம் இந்த **இறுதி நினைவுகள்** தளத்துக்குச் சென்றிருக்கிறாள். நான் கணி னியில் இருக்கும் வரலாற்றைப் பார்த்துச் சொல்ல முடியும்.

தன் மரணத்துக்குப் பின்னான செய்தியை அதில் விட்டுச் சென்றிருக் கிறாள். ஆனால், அது இவ்வளவு விரைவில் படிக்கப்படும் என்பதை அவள் எதிர்பார்த்திருக்க மாட்டாள்.''

"செய்தி எங்கே?" நான் **இறுதி நினைவுகள்**.com பக்கத்தை உற்றுப் பார்த்தேன்.

"நான் இப்போதுதான் அந்தத் தளத்துக்குள் நுழைந்து, அந்தச் செய் தியை வரவழைப்பதற்கான கட்டளையைக் கொடுத்திருக்கிறேன்" என்று, ல்யூக் பரபரப்பாகச் சொன்னான்.

"இந்தத் தளம் மின்னஞ்சல் செய்திகளைச் சேமித்துவைக்கிறது. அவற்றை எழுதியவர் இறந்த பிறகு அவற்றைக் குடும்பத்தினருக்கும் நண்பர்களுக்கும் அனுப்பிவைக்கிறது. எழுதியவர் இறந்த பிறகு செய்திகளை மீண்டும் அனுப்ப 'காக்கும் தேவதை'யாக ஒருவரை நியமிக்க வேண்டும். உன் பாட்டிக்கு அது நான்தான். அப்படி இருக்க நான் ஒப்புக்கொண்டிருந்தேன்."

"என்ன விசித்திரமான பெயர்! இந்த வாரம் உண்மையான சாவைப் போதுமான அளவு பார்த்தாகிவிட்டது" ல்யூக்கிடம் இறுதிச் சடங்குச் சுமையைப் பற்றிச் சொல்ல முடியவில்லை; அவன் இணையதள இறப்புகளில் ஆழ்ந்திருந்தான். சில நேரங்களில் சரியான பைத்தியம் போலத் தோன்றினான்; என் ஆண்-தோழனாக அவன் இல்லை என்பது குறித்துச் சில சமயம் நான் சந்தோஷப்பட்டது உண்டு. துக்கம் தொடர்பான இடங்களுக்கான இணைப்புகளைக் கண்களை இடுக்கிக் கொண்டு பார்த்தேன். செல்லப் பிராணிகளைக் குறித்த இறுதி நினைவு கள்கூட இருந்தன! எத்தனை நாய்கள் மின்னஞ்சல்களைப் படித்தன? ல்யூக்குக்கு 'எப்படி' என்ற கேள்விகளே சுவாரஸ்யமாக இருந்தன. எனக்கோ 'ஏன்' என்ற கேள்விகள்தாம்.

"சரிதான். மரணத்துக்குப் பின்-மின்னஞ்சல்கள்" என் குரல் என்னை அறியாமல் உயர்ந்தது. "உன் மனதை மாற்றிக்கொண்டால் அல்லது நீ அதை அழித்துவிட்டால் என்னவாகும்? இறுதிச் சடங்குக்குப்

போய்வந்த ஒருவருக்கு இறந்தவரிடமிருந்து மின்னஞ்சல் வந்தால் அதிர்ச்சியடைய மாட்டாரா?''

"ஓ. கே. நீ அதிர்ச்சியடையத்தான் போகிறாய்.'' ல்யூக் எதையோ பதிவிறக்கிக்கொண்டிருந்தான். "இதை அச்சிடப்போகிறேன்.'' அச்சுப் பொறி இயங்க ஆரம்பித்தது. "காக்கும் தேவதையான நான் டெலிவரி செய்யும் உன் பாட்டியின் உயிலாக இந்தக் கோப்பு இருக்கலாம்.'' ல்யூக் லேசாக முழங்கையால் இடித்தான்.

"ஆனால் நீ... நீ அதற்குச் சாட்சிக் கையெழுத்துப் போட்டாயா என்ன?''

ல்யூக் 'இல்லை' என்று தலையை அசைத்தான்.

"ஆக, இது சட்டபூர்வமானதுதானா?''

"தெரியாது. இதோ, இந்தத் தகவல் அவளிடமிருந்து வந்ததுதான்.''

அச்சுப்பொறியிலிருந்து பாட்டியின் செய்தி வெளியே வந்துகொண் டிருந்தது... இப்போது.

"என் அன்புக்குரிய ஜோயி,

உன்னிடம் நான் சொல்ல விரும்புவதைச் சொல்ல இது ஒரு அசாதாரணமான வழி, ஆனால், எனக்கு வேறு வழி யில்லை... குறிப்பாக, கேட் உரிய நேரத்தில் திரும்பிவர முடிய வில்லையென்றால்...

நீ உன்னுடைய வீட்டுப்பாடத்திற்காகத் தகவல்களைச் சேகரிக்க ஆரம்பித்த அதே மாதத்தில்தான் மருத்துவர்கள் என் உடல்நிலையைப் பற்றித் தெரிவித்தார்கள். ஆகவே, உன்னிடம் உண்மையாக நடந்தவற்றைப் பற்றிச் சொல்வதற்குத் தகுந்த நேரம் வந்துவிட்டது என்பதை உணர்ந்தேன். வேறு எவருக்கும் இது தெரியாது. என் ரகசியம் என்னுடனேயே இருந்துவிடட் டும் என்று இருந்தது; ஆனால், நிலைமைகள் மாறிவிட்டன. நீ சிலவற்றைத் தெரிந்துகொள்ள வேண்டும்.

இப்போது, ஹங்கேரியில் ஒரு சட்டம் மாற்றப்பட்டிருக்கிறது. சிலர் என்னைத் தேடிக் கண்டுபிடிக்கலாம். ஏற்கனவே செஞ்சிலுவைச் சங்கத்தின் வழியே ஒருவர் என்னுடன் தொடர்பு கொள்ள முயன்றிருக்கிறார்.

தாத்தா போன ஆண்டு இறந்தபோது தன்னுடைய வீட்டையும், எல்லா உடைமைகளையும் 'என் மனைவி மாக்டாவுக்கு' என்று எழுதிவைத்திருந்தார். அந்த மாக்டா நான் இல்லை; ஆனால், இங்கே எல்லோரும், உன் அம்மா கேட் உட்பட, நான்தான் அது என்று நினைத்திருந்தார்கள். உன் தாத்தாவும் எனக்குத்தான் எல்லாமும் போய்ச்சேர வேண்டும் என்று விரும்பினார், ஆனால், அதில் சட்டச் சிக்கல் ஒன்று இருந்தது. உன் தாத்தா ஏற்கனவே இன்னொரு மாக்டா கோவாக்ஸைத் திருமணம் செய்துகொண்டிருந்தார். நான் அந்தப் பெயரை எடுத்துக் கொண்டு, அவளுடைய கடந்தகாலத்தையும் வரித்துக்கொண்டேன். 1956முதல் நானும் தாத்தாவும் ஒன்றாக வாழ்ந்தோம். உன் அம்மா கேட் நான் ஹங்கேரியிலிருந்து வந்த ஓராண்டுக்குப் பிறகு பிறந்தாள். ஆனால், உன் தாத்தாவுக்கு அவள் ஒருத்தி மட்டுமே குழந்தை அல்ல.

பல ஆண்டுகளுக்கு முன், பல்கலைக்கழக மாணவியாக இருந்தபோது, இதழாளர் ஒருவருடன் உறவு வைத்திருந்தேன். அப்போது காவல்துறையினர், கம்யூனிஸ்ட் இதழாளர்களுடன் இணைந்து, அதிருப்தியாளர்களை நேர்காண, இளைஞர்களைப் பணியில் அமர்த்திக்கொண்டார்கள். உளவு ஊடகங்கள் என்று அவர்கள் அழைக்கப்பட்டனர். இப்போது ஹங்கேரியில் இந்த மாதிரி பணியாற்றிய தகவலாளர்களைப் பற்றி விசாரணை நடந்துவருகிறது. நான் நேர்கண்ட அறிக்கைகளும் அவற்றில் அடங்கும். என் பெயர் அவர்கள் பட்டியலில் இருக்கிறது. என்னுடைய புகைப்படமும்.

என்னுடைய உடைமையில் 'என் மரணத்திற்கு முன் திறக்கக் கூடாது' என்பதைப் பார். டிபோரின் புகைப்படத்தைப் பார்ப்பாய். அவர் 'டிபோர்' என்று மட்டுமே அழைக்கப்பட்டார். அரசியல் செயற்பாட்டாளர், இதழாளர். பல்கலைக்கழகச் செய்தித்தாளுக்கு நான் மாணவர்-ஆசிரியராக இருந்தேன். மிக உற்சாகமான நாட்கள். எங்கள் கருத்துகள் முக்கியமானவை என்று கருதினோம். அவற்றுக்காக என்ன வேண்டுமானாலும் செய்யத் தயாராக இருந்தோம். நாங்கள் மக்களை நேர்காணச் சம்மதித்தோம்.

பிறகு, கருத்துகளுக்காக ஒருவரை அழிப்பது சரியா என்று எனக்குச் சந்தேகங்கள் வர ஆரம்பித்தன. எங்களுடைய செயல்பாடுகளுக்கான காரணங்களைக் குறித்து நானும் டிபோரும் ஒத்துப்போகவில்லை. அவர் செய்தது எனக்குப் பிடிக்கவில்லை, ஆனால், அறிக்கைகளுடனும் புகைப்படங்களுடனும் நாங்கள் ஏற்கனவே தொடர்புபடுத்தப்பட்டுவிட்டோம். நாம் நினைப்பதற்கு அப்பால் விஷயங்கள் நடந்துவிடுகின்றன. நான் டிபோரின் காதலியாக அறியப்படுவது திடீரென்று அபாயகரமானதாக ஆகிவிட்டது. அவரைக் கைதுசெய்தார்கள். என்னையும் தான். ஆனால், இப்போது வேறு எதுவோ நடந்துவிட்டது.''

அச்சுப்பொறி சட்டென்று நின்றது. 'கோப்பு சேதமடைந்துவிட்டது.' திரையில் வெறுமை. "இதை நீ சேமித்துவைத்தாயா?" நான் ல்யூக்கைப் பார்த்துக் கத்தினேன். பதில்கள் கிடைக்கும் முன்னரேயே அவற்றை நான் இழந்துவிடப்போகிறேனா?

"இல்லை" அவன் இயலாமையுடன் கணினித் திரையைப் பார்த்தான்.

"நல்ல காக்கும் தேவதை!" பாட்டி கிட்டத்தட்ட என்னுடையவள் ஆகியிருந்தாள், ஆனால், ல்யூக் எப்படியோ அவளை இணையவெளி

யில் தொலைத்துவிட்டிருந்தான். இணையம் நொறுங்கிய அந்தக் கணத்தில் வாசல் கதவை யாரோ தட்டினார்கள். விசைப்பலகையை வேகமாகத் தட்டிக்கொண்டிருந்த ல்யூக், அதைப் பொருட்படுத்த வில்லை. ஒரு முறை நீண்ட மூச்சை இழுத்துவிட்டு, நான் கதவைத் திறக்கப் போனேன்.

O

5
அறங்காவலர்

வாசலில் ஒரு அந்நிய மனிதர் நின்றுகொண்டிருந்தார்.

"ஹலோ, ஜோயி, என் பெயர் புரூஸ் டிரெவின், உன்னுடைய பாட்டியின் உடைமைகளின் பொறுப்பை ஏற்க வந்திருக்கிறேன். நான் உன் அறங்காவலர். இறுதிச் சடங்கின்போது உன்னுடன் பேச முடிய வில்லை. உன் பாட்டி குறித்து என் அனுதாபங்கள்." பச்சைச் சட்டம் போட்ட பெரிய மூக்குக் கண்ணாடியை அணிந்திருந்தார். பார்க்க அழ காக இருந்தது. அதைப் போல் வம்சாவளி-மரம் இருந்த அவருடைய பச்சை டையும் இருந்தது. "சற்று வந்து உன்னைப் பார்க்கலாம் என்று வந்தேன். இதோ, என்னுடைய அடையாளச் சீட்டு." புகைப்படம் இருந்த ஒரு பிளாஸ்டிக் அட்டையைக் காட்டினார். அதில் அவர் பெயர் பெரிய எழுத்துகளில் கறுப்பு மையில் அச்சிடப்பட்டிருந்தது.

அதை உன்னிப்பாகப் பார்ப்பதுபோல் காட்டிக்கொண்டேன், ஒரு அந்நியனை வீட்டுக்குள் எளிதாக விட்டுவிடும் முட்டாள் நான் அல்ல என்பதற்காக. ஆனால், அவருடைய அடையாளச் சீட்டு உண்மை யானதுதானா என்று எனக்கு எப்படித் தெரியும்? பெயர்களை மாற்றி

விட முடியும். போட்டோஷாப் பயன்படுத்தி ல்யூக் அடையாளச் சீட்டில் இருக்கும் எவருடைய புகைப்படத்தையும் ஸ்கேன் செய்ய முடியும். ஹெட்ஜ் ஹை உயர்நிலைப் பள்ளியில் முதல் நாளில் என்னுடைய மாணவர் அடையாளச் சீட்டைத் தொலைத்துவிட்டிருந்தபோது ல்யூக் அதைத்தான் செய்தான்.

என் அப்பா எங்களுடன் இருந்திருந்தால் அவருக்கு என்ன வயது இருந்திருக்குமோ அந்த வயதில் அறங்காவலர் புரூஸ் இருந்தார். என் அப்பாதான் இல்லையே. புரூஸும் நிச்சயம் என் அப்பா இல்லை!

"'காணாமல் போன மில்லியன்கள்' நிகழ்ச்சியை நான் அறிமுகப்படுத்தியதற்குப் பிறகு உன் பாட்டி எங்களுடன் தொடர்புகொண்டார். ...என்னுடைய இன்னொரு வேலை அது... தொலைக்காட்சி நட்சத்திரமாக இருப்பது..." அவர் சற்றுச் சிரித்தார், ஏதோ நாங்கள் அதைக் கேட்டு அசந்துவிடுவோம் என்று எதிர்பார்த்ததுபோல்.

ஆஹா, அதில்தான் அவரைப் பார்த்திருக்கிறேன், தான் ஒரு தொலைக்காட்சி நட்சத்திரம் என்று விளையாட்டாகச் சொன்னாரா அல்லது அதை அவர் உண்மையிலேயே நம்பினாரா? புரூஸ் என்னைத் தொடர்ந்து முன்அறைக்கு வந்தார்.

"டை அசத்துகிறது" என்றான் ல்யூக். கணினித் துறை ஆட்கள் கார்ட்டூன் பாணி டைகளைச் சேகரிக்கிறார்கள். கணினிப் பைத்தியமாக நீங்கள் இருந்தால் அதையெல்லாம் செய்ய வேண்டும்! "ஹலோ, என் பெயர் ல்யூக்."

நான் அவனை அறிமுகப்படுத்தினேன். "இவன் ல்யூக் வார்ன், என் அம்மா வேலை காரணமாக வெளியூர் போகும்போது இவனுடைய குடும்பத்துடன்தான் தங்குகிறேன்."

அவர்கள் கைகுலுக்கிக்கொண்டார்கள், ஒருவரை ஒருவர் கணினிப் பைத்தியங்கள்போல் பார்த்துக்கொண்டார்கள். இறுதி நினைவுகள் இணையதளத்துக்கு உயிரூட்ட ல்யூக் முனைந்துகொண்டிருந்தான், ஆனால், திரை வெறுமையாக இருந்தது.

“ம். உங்கள் வீடியோ இங்கே இருக்கிறது.” நான் பாட்டியின் VCR பெட்டியிடம் போய் அதை இயக்கினேன். “இதோ **‘காணாமல்போன மில்லியன்கள்’**. நீங்கள் இதில் இருக்கிறீர்கள், இல்லையா? பாட்டி இதைப் பதிவுசெய்திருக்கிறாள்.”

திரையின் புரூஸ் பேச ஆரம்பித்ததும், புரூஸ் தலையை அசைத்து ஆமோதித்தார். ஒரே அறையில் இரண்டு புரூஸ்கள் இருப்பது விசித்திரமாக இருந்தது. ஏதோ புரூஸை நகலெடுத்ததுபோல். ஒரு புரூஸ் நிதர்சனமாக, இன்னொருவர் இணையவெளியில்.

> **“இன்று ‘யூஜினியா’வைப் பற்றிய தகவல்களைப் பார்ப்போம். அவர் முப்பது மில்லியன்களை விட்டுச் சென்றிருக்கிறார், ஆனால், உயில் எதுவும் இல்லை. முப்பத்தொரு பிற பெயர்களைக் கொண்ட பெண்.”**

“ஆமாம், அது நான்தான், நிகழ்ச்சித் தொகுப்பாளன்.” புரூஸ் பெருமிதத்துடன் சொன்னார், திரையில் தன் உருவத்தை வெறித்துப் பார்த்துக்கொண்டே. அதே டையை அவர் அணிந்திருந்தார்.

“இந்த டையை எங்கே வாங்கினீர்கள்?” ல்யூக் கேட்டான்.

“என் குடும்பத்தினரின் பிறந்தநாள் பரிசு. இதைப் போல் வேறொன்று இல்லை” என்றார் புரூஸ். ல்யூக் தன் டீ ஷர்ட்டைக் கொடுத்து அந்த டையை வாங்கிக்கொள்வதற்கு முன் “சரி, சரி, வீட்டைச் சுற்றிப் பார்ப்போமா?” நான் கேட்டேன். சட்டென்று என் முதுகுப்பையில் இருந்தது நினைவுக்கு வந்தது. தாத்தாவின் பெட்டியில் இருந்த விளையாட்டு விஷயங்களும்; இணையவெளியில் தொலைந்துவிட்ட கோப்பு. புரூஸுக்கு வீட்டைச் சுற்றிக்காட்டுவது ஒருவேளை அவ்வளவு நல்ல யோசனை இல்லையோ.

“உயில் அல்லது அதைப் போல ஏதாவது இருக்கிறதா என்று பார்ப்போம்.” வீடியோவிலிருந்து புரூஸ் தன் பார்வையை விலக்கிக்கொண்டார். “வக்கீல்கள் பொதுவாக உயிலைத் தங்கள் கோப்பில் வைத்திருப்பார்கள். எதனாலோ தெரியவில்லை, அதைக் காணோம்.”

திடீரென்று எது உண்மை என்று எனக்குத் தெரியவில்லை. "உயிலை நான் கண்டுபிடிக்க முடியவில்லை என்றால் என்ன ஆகும்?" என்று நான் கேட்டேன்; நான் தெரிந்துகொள்ள வேண்டும் என்பதாலும், அதை நான் ரகசியமாக வைத்திருக்கிறேன் என்ற குற்ற உணர்வைக் குறைப்பதற்காகவும். பாட்டியின் வாழ்க்கை விவரங்களைக் கண்டு பிடிப்பது எனக்கு ஒரு வெறும் வேலை மட்டுமல்ல, அது என் வர லாறும்கூட. எங்கிருந்தாவது ஆரம்பிக்க வேண்டியிருந்தது.

"வல்லுநர்கள் எப்படி உறவினர்களைத் தேடிக் கண்டுபிடிப்பார் கள்?" புரூஸிடம் ல்யூக் கேட்டான்.

"கோப்புகளை ஆராய்வோம். விளம்பரம் செய்வோம். அண்டை வீட்டாரிடம் கேட்போம். புகைப்படங்களைக் காட்டுவோம். **'காணா மல்போன மில்லியன்கள்'** நிகழ்ச்சியைப் பார்த்துவிட்டு உன் பாட்டி என்னுடன் தொடர்புகொண்டார் இருதார மணம் புரிந்துகொண்ட வரைப் பற்றிக் கேட்டார். அவருடைய சொத்து யாருக்குப் போகும் என்று தெரிந்துகொள்ள விரும்பினார்; முதல் மனைவியின் குழந்தை களுக்கா, இரண்டாவது மனைவியின் குழந்தைகளுக்கா? முப்பத் தொரு பிற பெயர்களைக் கொண்டிருந்த யூஜினியாவைப் பற்றியும் தெரிந்துகொள்ள விரும்பினார்."

"பாட்டிக்கு அவரைத் தெரியுமா?" ல்யூக் சட்டென்று கேட்டான். "அல்லது அவரைப் பற்றித் தெரியுமா? பாட்டியின் உறவினரா அவர்?"

அதைத் தெரிந்துகொள்ள அவன் மிகவும் ஆவலுடன் இருந்தான். அந்தக் கணத்தில் எனக்குச் சட்டென்று கோபம் வந்தது. பாட்டியைப் பற்றி வருத்தமாக இருந்தது மாறி, கோபம் வந்தது. என்னுடைய உறவினரை ல்யூக்கும் அறங்காவலரும் வரித்துக்கொண்டுவிட்டார்கள்! "மாக்டா ல்யூக்கின் பாட்டி இல்லை" என்று கோபத்துடன் சொன் னேன். "அவள் என்னுடையவள், அவளைப் பற்றி நான் தெரிந்து கொள்ள வேண்டும்."

‘‘ஜோயியின் பாட்டி’’ புரூஸ் திருத்தினார். ‘‘நிகழ்ச்சிக்குப் பிறகு நிறைய பேர் எங்களை அழைப்பார்கள். அதில் சில பைத்தியங்களும் உண்டு. பெரும்பாலானவர்கள் உறவினர்கள் என்று சொல்லிக் கொண்டு, சொத்து தங்களுக்குத்தான் வந்துசேர வேண்டும் என்பார்கள். ஆனால், அதற்கு நிரூபணம் வேண்டும்; ஆவணங்கள் அல்லது DNA அல்லது குடும்பத்தினரை ஒத்திருக்க வேண்டும், உதாரணமாக, ஒரே மாதிரி மூக்கு. ஆனால், ஜோயி, உன் பாட்டி தெரிந்துகொள்ள விரும்பிய தெல்லாம் எப்படி யூஜினியா தன்னுடைய சிக்கலான வாழ்க்கையைச் சமாளித்தாள் என்பதுதான். அதற்காகத்தான் அவர் எங்களுடன் தொடர்புகொண்டார்.

‘‘தன் வாழ்க்கை சற்று அந்த மாதிரி இருந்ததால் அப்படித் தெரிந்து கொள்ள விரும்பினாளா?’’ என்று ல்யூக், என்னை ஒரு முறை சட்டென்று பார்த்துவிட்டுக் கேட்டான். ‘‘அதற்கு ஏதோ பெயர் உண்டே... இருதார மணம் புரிந்தவள்.’’

தனக்குத் தெரிந்ததைப் பற்றி மற்றவர் கேட்கிறாரே என்று புரூஸ் உற்சாகமடைந்ததுபோல் இருந்தது, ‘‘இருதார மணம் புரிந்தவர் என்றால் ஒரு முறைக்கு மேல் மணம் செய்துகொண்டவர், விவாகரத்து செய்துகொள்ளாமலேயே, ஒரே நேரத்தில்.’’

இருதார மணம் புரிந்தவர்! என்னால் எழுத்துக்கூட்டக்கூட முடியாத விஷயம்போல் இருப்பதில் பாட்டி சம்பந்தப்பட்டிருக்க மாட்டாள்.

‘‘சில நேரங்களில் என் அப்பா சொல்வார், முதலில் திருமணமே செய்துகொண்டிருக்கக் கூடாது என்று... விளையாட்டாகத்தான்.’’

அது உண்மைதான். ல்யூக்கின் பெற்றோர் சாதாரணமானவர்கள் தான். பார்க்கப்போனால், இருவரும் சேர்ந்தே பல விஷயங்களில் ஈடுபடுவார்கள். என் வகுப்பில் இருந்தவர்களில் பெரும்பாலானோரின் பெற்றோர் சதா வாக்குவாதம் செய்துகொண்டிருப்பார்கள். அல்லது

அவர்கள் சேர்ந்து வாழ்ந்ததுகூட இல்லை, அல்லது வேறு சிலரின் பெற்றோருடன் சேர்ந்து வாழ்ந்தார்கள். ல்யூக்கின் பெற்றோர் பிரச்சினைகள் எதுவுமின்றி ஒரே வீட்டில் வசித்தார்கள்.

"நீங்கள் சொல்லும் பெண்ணின் சொத்துகள் யாருக்குப் போகும்?" நான் கேட்டேன்.

"முதல் மனைவியின் குடும்பத்துக்குத்தான், இரண்டாவது திருமணம் சட்டபூர்வமானதாக இல்லாத பட்சத்தில். இருதார மணம் சட்டத்திற்குப் புறம்பானது." புரூஸ் தொலைக்காட்சியின் திரையை இப்படியும் அப்படியும் சரிசெய்துகொண்டிருந்தார். தன் டை இன்னும் தெளிவாகத் தெரிவதற்காக, ஒளியைக் கூட்டிக்கொண்டிருந்தார்.

நான் உடனே சொன்னேன். "ஆக, இது சட்டத்துக்குப் புறம்பானது. ஆனால், சிலர் சில சமயங்களில் விதியை மீறுகிறார்கள். அப்போது சிலர் அதைப் பற்றி மௌனமாக இருப்பார்கள். அல்லது திருமணம் ஆனதாக நினைத்துக்கொண்டிருக்கும் நபரும் மௌனமாக இருக்கலாம்!" நான் உரக்கச் சிந்தித்துக்கொண்டிருந்தேன். தாத்தவா? பாட்டியா? "உயில் எதுவும் இல்லையென்றால் என்ன ஆகும்?"

புரூஸ் தன் டையை நீவி விட்டுக்கொண்டார். பிறகு தன் பையிலிருந்து மிகச் சிறிய ஒலிப்பதிவுக் கருவியை எடுத்தார். அது மெல்லியதாக, மிகவும் நவீனமான கைபேசியைப் போல இருந்தது. "உயில் எதுவும் எழுதாமலேயா?" அவர் கேட்டார்.

"ஒருவர் இன்டெஸ்டேட் நிலைமையில் இறந்தாலா?"

"அதாவது, சிட்னியில் ஒருவர் இறப்பது அல்லது ஆஸ்திரேலியாவின் வேறு ஒரு மாநிலத்தில்" என்றான் ல்யூக். உடனே "அதுதான்" என்றேன் நான். பாட்டி மில்லியன்களை வைத்திருக்கவில்லை. ஆனால், ஒருவேளை பல பெயர்களை வைத்திருந்தாளோ?

"இல்லை. இன்டெஸ்டேட் என்றால் இறந்தவர்கள் உயில் எதையும் விட்டுச் செல்லவில்லை என்று அர்த்தம்" என்று புரூஸ் திருத்

தினார். ''அந்த வார்த்தையில் 'ர்' இல்லை. அது 'இன்டெஸ்டேட்'. 'இன்டெர்ஸ்டேட்' இல்லை.'' எல்லாம் தெரிந்தவராகத் தன்னைக் காட்டிக்கொள்வது அவருக்குப் பிடித்திருந்தது என்பது தெளிவாகத் தெரிந்தது.

''நாளைக்கு மதிப்பீட்டாளர்கள் வந்து வீட்டில் இருக்கும் பொருட்களையெல்லாம் பட்டியலிடுவார்கள். பண மதிப்புக் கொண்ட பொருள்கள், ஆவணங்கள், மதிப்பு மிக்க பொருள்கள் இருக்கின்றனவா என்று தேடிப்பார்ப்பார்கள். நான் ஒரு முறை வீட்டைச் சுற்றிப் பார்க்க வேண்டும்.''

வெள்ளிபோல மினுமினுத்த உயர்தொழில்நுட்ப சிறு ஒலிவாங்கியில் பேசிக்கொண்டே வீட்டைச் சுற்றி வந்தார். வீட்டில் இருந்த பொருட்களையெல்லாம், நாற்காலிகள், ஆபரணங்கள் என்று விவரித்துப் பட்டியலிட்டார்.

''இரவில் நாம் எதையாவது எடுத்துக்கொண்டு போய்விடுவோம் என்று சந்தேகப்படுகிறாரா?''

நான் தோள்களைக் குலுக்கினேன். ''அவர் வேலையை அவர் செய்கிறார். 'நாற்காலி' என்று சொல்லிச்சொல்லிக் களைத்திருப்பார்.''

காப்பி போடும் இயந்திரத்தை முடுக்கி காப்பி தயாரித்தேன். வீட்டுக்கு வருபவர்களுக்குச் சாப்பிட நிறைய கொடுக்க வேண்டும் என்று நினைப்பவள் பாட்டி. புரூஸுக்குச் சாப்பிட ஏதாவது கொடுக்கவில்லையென்றால் நான் அவரிடம் மரியாதைக் குறைவாக நடந்து கொள்கிறேன் என்று பாட்டி கருதுவாள். புரூஸ் முன்அறைக்கு வந்ததும், வெளியே பார்க் சத்தமாகக் குரைக்க ஆரம்பித்தது.

''பணத்தைத் தவிர, வேறு எதையாவது சொத்தாகப் பெற முடியுமா?'' புரூஸுக்கு காப்பியும் பிஸ்கட்டும் கொடுத்தேன். நான் பாட்டிக்கு அவளுடைய போன பிறந்த நாளன்று கொடுத்த 'பெல்லி நடனக் கலைஞர்' கோப்பையை புரூஸுக்குக் கொடுத்தேன். அதில் ஒரு

பெண் சிவப்பு முகத்திரை ஒன்றை உடல் முழுக்கப் போர்த்திக் கொண்டிருந்தாள். அடியில் 'கலைஞர்' என்று எழுதியிருந்தது.

அவர் கோப்பையைப் பார்த்தார். ''எனக்கா இது? கோப்பையில் கார்ட்டூன் படங்களைப் பார்த்த பிறகு இது வித்தியாசமாக இருக் கிறது'' என்று சொல்லிப் புன்னகைத்தார்.

நிறைய விசித்திரமான மனிதர்களை அவர் சந்தித்திருப்பார் போலிருக்கிறது. புரூஸுக்கு இதெல்லாம் சாதாரண விஷயமாக இருக் கும் போலிருக்கிறது.

ல்யூக் என்னை ஓரக்கண்ணால் பார்த்தான். ''மரபுரிமை பரம்பரைச் சொத்தாகவா? எதைப் போல? நாய்கள்? பெயர்கள்?''

''நோய்களாக இருக்கலாம்... அல்லது மரபணுக்கள்...'' நான் சொன் னேன். ''நல்ல மரபணுக்களா, கெட்டவையா?'' எனக்கு ரகசியங்கள் பிடிக்கும் என்பதை வைத்து நான் பாட்டி மாதிரி இருக்கிறேன் என்று அம்மா சொல்வாள்.

''நல்ல மரபணுக்களா, கெட்டவையா என்பது ஒருவர் எப்படிப் பார்க்கிறார் என்பதைப் பொறுத்தது. சில சமயங்களில், சிலர் தங்கள் உறவினர்களைப் போலவே இருக்கிறார்கள். எப்போதாவது சரியான இணையைப் பார்ப்போம்... சிவப்புத் தலைமுடி, பெரிய மூக்கு... அல்லது வேறு ஏதாவது. ஜோயி, நாயை நீ அழைத்துக்கொண்டு போகப் போகிறாயா?''

பார்க்கின் குரைப்பு பலமாக ஆயிற்று. எனக்குச் சிவப்புத் தலைமுடி தான். ஆனால், தாத்தாவும் அப்படித்தான். என்னுடைய மூக்கு பாட்டியின் மூக்கைப் போலப் பெரிதாகிக்கொண்டிருந்தது. ஆமாம், நிச்சயமாக அதுதான் என் கவலை. நான் வேறு மாதிரி தோற்றமளிக்க உதவும் ஒப்பனைச் சிகிச்சையை மேற்கொள்ளும் அளவுக்கு எனக்கு ஒருபோதும் பணம் கிடைக்கபோவதில்லை. ஆகவே, இந்த மூக்கையே வைத்துக்கொண்டு வாழ வேண்டியதுதான். உடல் பாகங்களை மாற்றிக்கொள்வது சாத்தியமில்லை என்பது வருந்தத் தக்கது.

''இன்று இல்லை. பார்க்கை இப்போது அழைத்துக்கொண்டு போக முடியாது. ஒருவேளை பிறகு?'' ல்யூக்கைப் பார்த்தேன். அவனுடைய பூனைக்குத்தான் ஆபத்து. அதற்கு பார்க் என்றாலே வெறுப்பு.

''திருமதி டோனாவுக்குப் பார்க்கைப் பிடிக்கும்'' என்றான் ல்யூக். ''அதை வெளியே அழைத்துக்கொண்டு போக மாட்டாள், ஆனால், அதற்குத் தீனி போடுவாள்.''

''வேறு யாரும் இல்லை என்பதால், அம்மா திரும்பி வந்ததும் பார்க்கை ஒருவேளை எங்கள் வீட்டுக்குக் கொண்டுபோகலாம்.'' ''ல்யூக்கின் வீட்டில் ஏற்கனவே ஒரு பூனை இருக்கிறது.''

நமக்கென்று ஒரு இடம் இல்லாதது சில சமயங்களில் பிரச்சினையாக இருக்கிறது. அம்மா தன் அடுக்குமாடி வீட்டை வாடகைக்கு விட்டிருந்தாள். பாட்டி இல்லாமல் அவள் வீட்டில் தங்க எனக்கு விருப்பமில்லை.

''ஒரு காவல் நாய் இருப்பது நல்ல யோசனைதான், அதுவும் வீட்டில் யாரும் இல்லாதபோது.'' ப்ரூஸ் காப்பியைக் குடித்தார். ''சரி, இப்போது நான் ஒரு ஆராய்ச்சியைச் செய்ய வேண்டும். இன்றிரவுக்கான '**காணாமல்போன மில்லியன்கள்**' நிகழ்ச்சிக்காக, நான் முதல் மனைவியைத் தேடியாக வேண்டும். நேற்று இங்கிலாந்துக்கு ஒரு தொலைநகல் அனுப்பியிருந்தேன், விவாகரத்து விஷயத்தைத் தேடிப் பார்க்க. விவாகரத்து இல்லையென்றால் முதல் மனைவியோ அவர் குடும்பமோ சொத்தைப் பெறுவார்கள்.''

அது என்னை யோசிக்க வைத்தது. ''இரண்டாவது பெண் அவருடன் வாழ்நாள் முழுவதும் இருந்திருந்தாலுமா?''

''ஆமாம்.''

பாட்டியைப் பற்றிய ஒரு தடயமோ அது? அல்லது, எல்லாவற்றையும் பாட்டியுடன் இணைத்துப் பார்க்க நான் முயன்றுகொண்டிருக்கிறேனா?

புரூஸ் தன் டையைச் சரிசெய்துகொண்டார். "இன்றைய நிகழ்ச்சி முன்னரே பதிவுசெய்யப்பட்டது. நாங்கள் எப்படி வேலைசெய்கிறோம் என்பதைப் பற்றிச் சற்றுச் சொல்கிறேன். 'போலிக் கலைஞன்' விஷயம் போன்றவை எல்லாப் பைத்தியங்களுக்கும் பிடிக்கும். உன் பாட்டியின் விஷயம்போல் இல்லை" என்று, எங்கள் உணர்வுகள் பாதிக்கப்பட்டு விடுமோ என்று அஞ்சியவர்போல் அவசரஅவசரமாகச் சொன்னார். "உன் பாட்டி ஒரு ஓவியர் மாதிரி, அல்லவா? படங்கள் வரைவாரோ?"

நான் தலையை அசைத்தேன். "உருவப் படங்கள்."

ல்யூக்கின் முகம் சிவந்துவிட்டது. ஏனென்று எனக்குத் தெரியும். கீழே விழுந்த படமும், அதில் ஷூவினால் ஏற்பட்ட கிழிசலும்.

"குடும்பப் படம் ஒன்றை வரையத் திட்டமிட்டிருப்பதாக அவள் கூறியிருந்தாள்." புரூஸ் தன்னுடைய ஒலிவாங்கியை கோட்டின் உட் புறப் பைக்குள் வைத்துக்கொண்டார். "உருவப் படங்களில் தடயங் கள் கிடைக்கும். ஒருமுறை ஒரு பெண்ணினுடைய இயற்பெயர் என்ன என்று கண்டுபிடிக்க முயன்றோம். அதிர்ஷ்டவசமாக, அவ ளுடைய பெரிய உருவப் படம் ஒன்று இருந்தது. அதில் அவள் தன் இயற்பெயரைப் பயன்படுத்திக் கையெழுத்திட்டிருந்தாள். உன் பாட்டி யிடம் இந்த விஷயத்தைப் பற்றிச் சொல்லியிருந்தேன். அதில்கூட உன் பாட்டி ஆர்வம் காட்டினார்.

ல்யூக் என்னைத் தூண்டிவிட்டான். "அவரிடம் காட்டு."

இரண்டு விதமாகவும் நான் உணர்ந்தேன்; ஒருபுறம், எனக்கு வேண்டிய விடைகள் கிடைக்க வேண்டும்; இன்னொருபுறம், என் பாட்டியைப் பற்றி நான் தெரிந்துகொள்ள விரும்பாத விஷயங்கள் தெரியவந்துவிடுமோ என்ற கவலை. அவள் ஒரு குற்றவாளியாக இருந் தால்? அல்லது ஏமாற்றும் கலைஞனாக இருந்தால்? ஆனால், என் பாட்டியை எனக்கு நன்றாகத் தெரியும். நிச்சயம் புரூஸ் மாதிரி ஒன்றி ரண்டு முறைகள் மட்டும் பார்த்திருப்பவர்களைவிட எனக்கு என் பாட்டியை நன்றாகத் தெரியும்.

‘‘என் பாட்டி வரைந்திருக்கும் உருவப் படத்தைப் பார்க்க வேண்டுமா?’’ என்று புரூஸை அழைத்துக்கொண்டு அறைக்குள் போனேன்.

புரூஸ் படத்தில் ஷூ ஏற்படுத்தியிருந்த கிழிசலைப் பார்க்கத்தான் செய்தார். ‘‘இதைச் சரிசெய்துவிடலாம்.’’ கையெழுத்தை உற்றுப் பார்த்தார். ‘‘இது அசலானதாகத் தெரிகிறது’’ என்றார். ல்யூக் ஏற்படுத்தியிருந்த கிழிசல் அவரைத் தொந்தரவு செய்யவில்லை. அங்கே இருந்ததை இருந்த மாதிரியே அவர் ஏற்றுக்கொண்ட மாதிரி இருந்தது. பாட்டியே படத்தின் மீது கால் வைத்து அந்தக் கிழிசலை உண்டாக்கியிருக்கலாம் என்று நினைத்தாரோ என்னவோ. ஆனால், அதை அவர் அப்படிச் சொல்லவில்லை; ஏற்கனவே, அவளை ஒரு ஏமாற்றுக் கலைஞர் என்று கிட்டத்தட்ட சொல்லியிருந்தார்.

‘‘இதன் பின்னால் ஏதாவது இருக்கிறதா? ஆமாம், இந்தப் படம் மற்றதைவிட சுவாரஸ்யமாக இருக்கிறது. வம்சாவளி-மரத்தின் படம், முதலெழுத்துகளுடன். என் டையில் இருப்பது போல. உன் பாட்டி அதைக் கவனித்திருந்தாள். அந்தக் கிளையில் ‘ஜோயி’ என்று இருப்பது நீதானா? கூட ஒரு Sஉம் Kயும் இருக்கின்றன.’’

நான் அதைக் கவனித்திருக்கவில்லை. புரூஸ் போன பிறகு அதைக் கவனமாகப் பார்க்க வேண்டும். புரூஸ் சொன்னார், ‘‘நான் ஒரு முறை ஒரு தவறு செய்தேன். தவறான பெயரைக் கண்டுபிடிக்கப் பல மாதங்களைச் செலவிட்டேன். M என்பதற்குப் பதிலாக G என்ற எழுத்தைப் படித்தோம். அதனால், பல மாதங்களாக MANN என்பதற்குப் பதிலாக GANN என்று படித்திருந்தோம்.’’ புரூஸ் தன் கைக்கடிகாரத்தைப் பார்த்தார். ‘‘நான் போக வேண்டும்.’’

அவருடன் வாசல்வரை போகும்போது நான் எழுத்துகளைப் பற்றியும், பெயர்களைப் பற்றியும் யோசிக்கத் தொடங்கினேன். பாட்டியின் புகைப்பட விஷயத்தில் இம்மாதிரி ஏதாவது நடந்திருக்குமோ? புகைப் படத்தின் பின்னால் இருந்த பெயரில் காணப்பட்ட வளையங்கள்.

அதைக் கொண்டுவந்து புரூஸிடம் காட்ட வேண்டுமா? புரூஸ் மாதிரி ஒரு அந்நியரிடம் பாட்டியைப் பற்றிய தகவல்களைப் பகிர்ந்துகொள்ள நான் விரும்பவில்லை.

''ஒரு எழுத்து அவ்வளவு பெரிய மாற்றங்களை ஏற்படுத்துமா?'' நான் ல்யூக்கைக் கேட்டேன். அவன் புரூஸுடன் கைகுலுக்கிக்கொண்டிருந்தான். ''ஆமாம், குறிப்பாக நீ தேடுவது குடும்பப் பெயராக இருந்தால், அதுவும் அகரவரிசைப் பட்டியலில். பெரும்பாலானவை மிகவும் நீண்ட பட்டியல்கள்.'' புரூஸ் காரை நோக்கி விரைந்தார்; ல்யூக் பக்கத்திலிருந்த ஒரு மேஜையிலிருந்து கட்டிவைக்கப்பட்டிருந்த ஒரு உறையை எடுத்தான்.

''திரும்பி வராத கடிதங்கள் அலுவலகத்தில் இருக்கும் அகரவரிசை பட்டியல்களைப் போன்றா?''

ல்யூக் என்னைப் பார்த்தபோது அவன் முகம் சிவந்தது. ''மன்னிக்க வேண்டும், மறுபடியும் இழப்புத் தொடர்பான வார்த்தைகள்.'' பேச்சை மாற்றுவதற்காக அவன் எடுத்த உறையைத் தூக்கிக் காட்டினான்.

''திறக்கப்படாத அஞ்சல் உறை இது. நாம் இதைத் திறந்து பார்க்க வேண்டுமா? உறையின் பின்னால் என்ன முகவரி இருக்கிறது?'' நான் கேட்டேன்.

''புகைப்படச் சீரமைப்பாளர், பிரதானத் தெரு'' என்று ல்யூக் படித்தான். ''புகைப்படங்களாக இருக்கும் என்று நினைக்கிறேன். உனக்காக வந்திருக்குமோ?'' அந்த உறையைப் பிரித்துப் பார்ப்பது என்று நான் முடிவு செய்தேன். அது ஒரு குடும்பத்தினர் ஒன்றுசேர்ந்து எடுத்துக் கொண்ட படம், அதில் சற்று இளம் வயது தாத்தா, பாட்டி, இரண்டு குழந்தைகள்—ஒரு பையன், ஒரு பெண் குழந்தை.

ல்யூக் புகைப்படத்தைக் கூர்ந்து பார்த்தான். ''இதைக் கணினி மூலம் சீரமைத்திருக்கிறார்கள்!'' என்று அவன் சொன்னான்.

''அதனால் என்ன?''

"கூடுதலான முகங்கள் சேர்க்கப்பட்டிருக்கின்றன அல்லது மாற்றப் பட்டிருக்கின்றன. உற்றுப் பார்" அவன் சுட்டிக்காட்டினான்.

"தாத்தா, பாட்டி, குழந்தையாக கேட், அதைத் தவிர வேறு யாரோ. ஒரு பையன் பின்னால் நின்றுகொண்டிருக்கிறான்." நான் கூர்ந்து பார்த்தேன்.

"இன்னொரு புகைப்படமும் இந்த உறையில் இருக்கிறது... தாத்தா, பையன், வேறொரு பெண்." என்னுள் ஒரு கிளர்ச்சி ஏற்பட்டது. "இவை பாட்டியின் பெயரில் வந்திருக்கின்றன. ஒரு விலைப்பட்டி யலும் ஒரு குறிப்பும் இருக்கின்றன."

' "நீங்கள் சீரமைக்கக் கொடுத்த கோவாக்ஸ் குடும்பத்தினரின் புகைப்படம் இதனுள் இருக்கிறது. சீரமைக்கப்பட்ட விதத்தைக் குறித்து நீங்கள் மகிழ்ச்சியடைவீர்கள் என்று நினைக்கிறேன். செலவும் நாங்கள் குறிப்பிட்ட தொகைக்குள்ளேயே இருக்கிறது. இந்தச் சிறிய பையனின் முகம் குழுவுடன் இயல்பாக இணைந் திருக்கிறது. இரண்டாவது புகைப்படம் நன்றாகவே நகல் எடுக் கப்பட்டிருக்கிறது." '

அப்போது விளக்குகள் அணைந்தன.

O

6

பதில்பதிவுத் தொலைபேசி

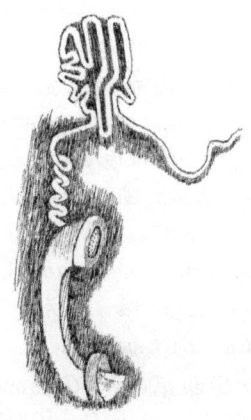

விளக்குகள் மீண்டும் ஒளிரத் தொடங்கின.

"மின்சாரம் வந்துவிட்டது" ல்யூக் உரக்கக் கூவினான். ஃப்யூஸ்தான் போயிருக்கிறது."

க்ளிக் என்று ஒரு ஒலி கேட்டது. தொடர்ந்து பாட்டியின் குரல் 'மாக்டா பேசுகிறேன்... நீங்கள் அழைத்தது குறித்து மகிழ்ச்சி...'

"அது என்னது?" நான் திரும்பிப் பார்த்தேன். அது பேயாக இருக்க முடியாது. பேய்களில் எனக்கு நம்பிக்கை இல்லை. ஒரு கணம் பாட்டி தான் திரும்பி வந்துவிட்டாள் என்று நினைத்தேன். ஒருவேளை அவளுக்குப் பதிலாக வேறு யாரையாவது அடக்கம் செய்துவிட்டார்களா என்ன? நிறைய பாட்டிமார்கள், ஒருவேளை அதில் யாராவது ஒருவர் உயிர்பிழைத்திருக்கலாம்.

இன்னும் ஒரு கிளிக். 'மாக்டா பேசுகிறேன். நீங்கள் அழைத்தது குறித்து மகிழ்ச்சி...'

பிறகுதான் எனக்குத் தெரிந்தது, பதில்பதிவுத் தொலைபேசி அதில் விடப்பட்ட தகவல்களின் ஆரம்பத்துக்குப் போயிருந்தது.

"உன் பாட்டி பேசுகிறாளே, எப்படி?"

ல்யூக்குக்குத் தூக்கிவாரிப்போட்டது. நான்தான் எப்போதும் பயப் படுபவள் என்று அவன் சொல்வான்.

நான் விளக்கினேன். "பதில்பதிவுத் தொலைபேசியை அணைக்க மறந்துபோவாள். சில நேரங்களில் அவள் தொலைபேசியில் பேசிக் கொண்டிருக்கும்போது பதில்பதிவுத் தொலைபேசியும் இயங்கிக் கொண்டிருக்கும், அது அவள் பேசுவதையும் அழைத்தவர் பேசுவதை யும் பதிவுசெய்துவிடும். பாட்டியும் அம்மாவும் ஓரிரு முறை பேசிய போது இப்படி நடந்திருக்கிறது. அம்மா செயற்கைகோள் மூலமாகப் பேசுவாள். பாட்டிக்கு உற்சாக மிகுதியில் பதில்பதிவுத் தொலை பேசியை அணைத்துவிட மறந்துவிடும்.

நான் மீண்டும் பதில்பதிவுத் தொலைபேசியை இயக்கினேன். இறந்தவர்கள் உலகத்திலிருந்து வந்த வித்தியாசமான அழைப்பு அது. இணையவெளியில் காணாமல் போய்விட்ட இறுதி நினைவுகள் இணையதளம்போல் இல்லை. இந்த அழைப்பு ஒரு ஆண் உடையது. ஒரு வித்தியாசமான உச்சரிப்புடன்.

'"ஹலோ, மாக்டா, உங்களை அப்படி அழைக்கலாமா என்று எனக்குத் தெரியவில்லை. அது என் அம்மாவின் பெயர்.

ஆனால், நீங்கள் என் அம்மா இல்லை. நான் சாண்டர் பேசு கிறேன். யானோஸ்-மாக்டாவின் மகன் நான். சர்வதேச செஞ் சிலுவைச் சங்கம் உங்கள் தொடர்புத் தகவல்களைத் தந்தது..."'

ஒரு கிறீச்சிட்ட ஒலி. பிறகு ஒரு க்ளிக்.

"மறுபடியுமா? என்ன பிரச்சினை?" நான் அந்த இயந்திரத்தின் மீது அடித்தேன். அது படபடத்தது.

"உன் பாட்டி பதில்பதிவுத் தொலைபேசியை அணைத்துவிட்டாள் என்று நினைக்கிறேன். அதனால்தான் கிறீச்சிட்ட அந்தச் சத்தம்" என்றான் ல்யூக்.

அவள் சத்தம் போட்டிருப்பாள் என்று நான் நினைத்தேன். "மறுபடியும் முதலிலிருந்து போட்டுப் பார்த்தால் என்ன? முதலில் பதிவான தகவல் மறைந்துவிடுமா?"

"முயன்றுபார்" ல்யூக் சொன்னான்.

அந்த ஆண் குரல் மறுபடியும் ஒலித்தது.

' "என்னுடைய அப்பா ஒரு வருடத்துக்கு முன் இறந்துவிட்டார் என்று கேள்விப்பட்டேன். அவருடைய புகைப்படம் ஒன்று எனக்கு வேண்டும். உங்களால் ஒன்றை எனக்கு அனுப்ப முடியுமா?" '

ஒளிநாடா நின்றது.

அதே நேரத்தில் தொலைபேசி ஒலித்தது. நான் ரிசீவரை எடுத்தேன். எண்ணை உச்சரித்தேன். அதைச் சொல்வதால் என்ன பயன்? அல்லது அவளுடைய பெயரை? அல்லது எதையுமே? பழக்கதோஷமா? தொலைபேசி எண்களைப் பொறுத்தவரை என் அம்மா மிகவும் கண்டிப்பாக இருந்தாள்.

"தொலைபேசிக்கு உரியவர் இருக்கிறாரா?" என்று ஒரு பெண்ணின் குரல் கேட்டது.

"இல்லை" என்று நான் சொன்னேன்.

"அவள்... நான் நீங்கள் தரும் தகவல்களைக் குறித்துக்கொள்ளவா? அவருடைய பேத்தி பேசுகிறேன்."

"இல்லை, நன்றி."

அந்தப் பெண் தொடர்பைத் துண்டித்தாள்.

''பதில்பதிவுத் தொலைபேசியை முடுக்கிவிடு'' ல்யூக் சொன்னான். ''அப்போது நீ பதில் சொல்லவேண்டிய அவசியம் இல்லை'' ஒளிநாடா ஒரு சுற்று வந்தது. பாட்டியின் பதிவுசெய்யப்பட்ட குரல் ஒலித்தது.

''மாக்டா கோவாக்ஸ் பேசுகிறேன். நீங்கள் அழைத்தது குறித்து மகிழ்ச்சி. நான் தற்சமயம் இங்கு இல்லை. நீங்கள் உங் கள் தகவலைத் தந்தால், எப்போது அழைத்தீர்கள் என்ற தக வலையும் சொன்னால், முடிந்தவரை நான் விரைவில் உங்களை அழைப்பேன்.''

''என்னைக் கேட்டால் நீ ஒரு புதிய தகவலைப் பதிவு செய்யலாமே'' என்று ல்யூக் யோசனை தெரிவித்தான்.

அந்தத் தகவல் பழையதாகிவிட்டது. மேலும், அவள் பேச முடியாது. நான் அதைச் செய்வதற்கு முன் தொலைபேசி மறுபடியும் ஒலித்தது.

''என் பெயர் ஃபார்ச்சூனா. ஜாரியாவுக்காக ஒரு தகவல். நாம் அடுத்த முறை நாளை மாலை நான்கு மணிக்கு ஸ்டூடியோ 17இல் சந்திக்க வேண்டும். உன்னிடம் சிலவற்றைக் காட்ட வேண்டும்.'' க்ளிக். அழைத்தவர் போய்விட்டார்.

ஃபார்ச்சூனா? அது ஒரு தடயமா? நான் எழுத்துகளையும் நடுவில் உள்ள இடைவெளிகளையும் சரியாகத்தான் வாங்கிக்கொண்டேனா? அஞ்சல் அட்டைக் கட்டில் எழுதியிருப்பதை நான் மறுபடியும் ஒருமுறை பார்க்க வேண்டும்.

''நாளை மாலை ஒரு ஹாக்கிப் போட்டி இருக்கிறது. நீ அந்தச் சந் திப்புக்குப் போனால் உன்னால் விளையாட முடியுமா? இரண்டு பந்தயங்களை வரிசையாகத் தவறவிட்டால் பிறகு அணியில் விளை யாடுவது கஷ்டம்'' என்று எச்சரித்தான் ல்யூக்.

''நான் விளையாடுவேன். ஸ்டூடியோ 17க்கும் போவேன்'' என்பது தான் என் பதில்.

O

7
DNA

வீட்டில் சூடாக்கப்பட்ட மஃபினை ஒரு பிடி பிடித்துவிட்டு ல்யூக் தன்னுடைய மடிக் கணினியில் **இறுதி நினைவுகள்** இணையதளத்தைத் திறந்தான். ஆனால், பாட்டியின் கடைசித் தகவல் நிச்சயம் சேதமாகி இருந்தது. அவளுடைய மின்சொற்கள் இணையவெளிக்குள் போய் விட்டன.

"அவள் செலுத்திய பணம் அவளுக்குத் திரும்பக் கிடைக்க வேண்டும்" ல்யூக் உறுதியாகக் கூறினான்.

"காலம் கடந்துவிட்டது." திடீரென்று என்னை வருத்தம் சூழ்ந்தது. நான் சாதாரண விஷயங்களைச் சொல்லவும் செய்யவும் முயன்று கொண்டிருந்தேன். ஆனால், ஒரு குரல் என் தலைக்குள் கேட்டுக் கொண்டே இருந்தது; என் பாட்டி ஏன் அந்தக் குடும்பப் புகைப்படங்களுக்கு ஏற்பாடு செய்தாள்? இரண்டு வெவ்வேறு குடும்பங்களுக்கு? அந்தப் பையன் யார்? பதில்பதிவுத் தொலைபேசியில் புகைப்படத்தைக் கேட்டது சாண்டர்தானா? அந்த மற்றொரு பெண் யார்? வம்சா

வளி-மரம் ஓவியத்தில் இருந்த முதல் எழுத்துகள் யாருடையவை? K என்பது என் அம்மாவாக இருந்தால் S சாண்டருடையதா? அவர்கள் எல்லாம் ஏன் ஒரு வம்சாவளிக் கிளைப் படத்தில் இருந்தார்கள்? பாட்டி ஏன் **இறுதி நினைவுகள்** இணையதளத்தில் தகவலை அனுப்பினாள்? ல்யூக் அதை எனக்கு எடுத்துத் தருவான் என்று அவளுக்கு எப்படி நிச் சயமாகத் தெரிந்திருக்க முடியும்? சர்வதேசச் செஞ்சிலுவைச் சங்க ஆட் களைக் கண்டுபிடிக்க முடியும் என்பதை நான் புரூஸிடம் நேரடியாகக் கேட்காமல் எப்படித் தெரிந்துகொள்வது? நான் புரூஸை அதிகக் கேள்வி கள் கேட்டால் அவர் தன் கைக்குள் எல்லாவற்றையும் எடுத்துக்கொண்டு விடுவார், தொலைக்காட்சியில் பாட்டி ஒரு சுவாரஸ்யமான விஷய மாக மாறிவிடுவாள் என்று நினைத்தேன். அவள் என் பாட்டி. அம்மா வைத் தவிர, எனக்கென்று குடும்பத்தில் எவரும் இல்லை. ல்யூக்குக்கு உண்மையான குடும்பம் ஒன்று இருந்தது. நான் நினைவில் கொள்வ தெல்லாம் என் பாட்டியாகத்தான் இருந்தாள். என்னிடம் இருந்த நினைவுகளை நான் இழக்க விரும்பவில்லை, புதிய தகவல்களை நான் அறியவரும்போது என் நினைவுகளை வேறு விதமாகப் பார்க்க வேண்டி இருந்தாலும் சரி.

மற்ற குழந்தைகளுக்கு அவர்கள் கலப்புக் குடும்பங்களின் பகுதி யாக இருந்தார்கள் என்பது தெரியும். ஜெஸிக்காவின் அம்மா இரண் டாவது முறையாகத் திருமணம் செய்துகொண்டிருந்தாள். அவளு டைய சகோதரர்கள் இரட்டைக் குழந்தைகள். ஒருவருக்கு யார் உறவினர்கள் என்று தெரியாதபோதுதான் பிரச்சினைகள்.

அல்லது இணையவெளியில் தகவல்களை ஒருவர் இழந்துவிடும் போது.

பாட்டியின் **இறுதி நினைவுகள்** தகவல் ஏன் மறைந்துவிட்டன என்று ல்யூக் அந்த இணையதளத்தின் நிறுவனத்திடம் விசாரித்தான். அந்த நிர்வாகிகள் மகா நிபுணர்கள், அவர்களுக்கு மிகத் திறன் வாய்ந்த கணினி விளையாட்டுகளை விளையாடுவதுபோல் இருக்கும்.

உங்களைப் பற்றி ஒரு வாடிக்கையாளர் என்று அவர்கள் நினைப்ப தில்லை. நீங்கள் ஒரு தொழில்நுட்பப் பிரச்சினை.

அவர்கள் நிறைய யோசனைகள் சொன்னார்கள். கோப்பு மிகவும் நீளமானதாக இருந்ததா? அல்லது jpg புகைப்படக் கோப்புகளைக் கொண்டிருந்ததா? அல்லது வைரஸ் ஏதேனும் இருந்ததா?

''சரி, எங்களிடம் அதை விடுங்கள்'' என்று ஒருவழியாகச் சொன் னார்கள். நான் 'அது'வாக இருக்க விரும்பினேனா என்று தெரிய வில்லை. ஆனால், எனக்கு வேறு வழியில்லை. ''உங்களுக்கு மின்னஞ் சல் அனுப்புகிறோம்.''

மின்னஞ்சல் ஒரு மனிதருடன் பேசுவதுபோல் இல்லை. ஆனால், இந்தத் தொழில்நுட்பர்கள் அதைத்தான் விரும்பினார்கள். பாட்டி ஏன் கடைசியில் மின்னஞ்சல்களைப் பயன்படுத்தினாள் என்று எனக்குத் தெரியவில்லை. முக்கியமான குடும்ப விவகாரத்தைப் பற்றி என்னிடம் நேரடியாகப் பேசுவதுபோல் இல்லை என்பதால் இருக்கலாம். அல் லது அவளுக்கு நேரமில்லாமல் இருந்திருக்கலாம். இணையத்தை எங் கிருந்தாலும் பகலிலோ இரவிலோ பயன்படுத்தலாம். அவள் எனக்கு இணையவெளியில் ஒரு தகவலை அனுப்பியிருந்தாள். மேலும் அது கடந்தகாலத்திலிருந்து வந்தது விசித்திரம்.

அம்மா எனக்கு மின்னஞ்சல் அனுப்பினாளா என்று பார்த்தேன். நான் இருக்கும் நேரத்தைவிட அவளுடைய நேரம் வித்தியாசமானது. அன்டார்டிக்கா நிலையம் மூன்று மணி நேரம் பின்னால் இருந்தது.

அடிக்கடி அம்மா மற்ற குழுவினர்களிடமிருந்து வந்த ஜோக்குகளை எனக்கு அனுப்புவாள். பெரும்பாலும் அவை தெற்கிலிருந்து வந்த ஆட் களாக இருக்கும். ஆனால், குழுவிலிருந்த மூன்று பெண்களில் அம்மா ஒருத்தி. அவள் அனுப்பும் ஜோக்குகள் எனக்குப் பிடிக்கும், ஆனால், இப்போதெல்லாம் என்னிடம் சொல்ல அவளுக்கு எதுவும் இல்லை என்பதால் ஜோக்குகளை அனுப்புகிறாளோ என்று நினைக்கிறேன். மற்ற நேரங்களில் காட்டுயிர்களைத் தன் எண்-வய கேமராவினால்

எடுத்து அனுப்புவாள்; சீல்கள், பெங்குவின்கள், ஆட்கொல்லி விலங்குகள். ல்யூக் அவற்றை எனக்கு அச்சிட்டுத் தருவான்.

அவற்றை நான் கட்டங்கள் கொண்ட காட்டுயிர் வரைபடத்தில் ஒட்டிக்கொள்வேன். ஆல்பெட்ராஸ் போன்ற ஒரு விசேஷமான பறவையைக் குறித்து அம்மா சொல்வாள், நான் அதை என்னுடைய வரைபடத்தில் குறித்துக்கொள்வேன். அம்மா பறவைகளை அவதானிப்பவள். பறவைகளை அவள் உண்மையிலேயே கவனிக்கிறாள்.

"சாம்பல் நிற ஆல்பெட்ராஸ் பறவைகள் அழகானவை" என்று அம்மா எழுதினாள். "அவை எப்போதும் இணையாகவே பறக்கும். வாழ்க்கை முழுவதும் ஒன்றைவிட்டு ஒன்று பிரியாது.''

அப்பாவுடன் அம்மா இருக்கவில்லை. ஆனால், அவள் சாம்பல் நிற ஆல்பெட்ராஸ்களை மிகவும் விரும்புகிறாள் என்று நினைக்கிறேன்.

அம்மா முதலில் அன்டார்டிக்காவுக்குப் போனபோது ஒரு புதிய எண்-வய கேமராவை வாங்கினாள். ஆனால், அவள் அதைப் பயன்படுத்தும் வழிமுறைகளைச் சரியாகப் படித்திருக்கவில்லை, அதனால், நிறைய படங்கள் விசித்திரமான கோணங்களில் இருந்தன.

அதற்குப் பிறகு அவள் பேச்சுக் குறிகளில் தகவல்களை அனுப்ப ஆரம்பித்தாள்.

"மின்னஞ்சல்கள் அனுப்பியதற்கு நன்றி, ஜோயி.

சில நேரங்களில் சொற்களை எழுதுவது கடினமாக இருப்பதால், நாம் இனிமேல் 'ஸ்மைலிகளை' பயன்படுத்தி ஒரு வாக்கியத்தை எழுதும்போது என்ன உணர்கிறோமோ அதைத் தெரிவிப்போம்.

:-) = **புன்னகைத்தல்.**

LOL = **உரக்கச் சிரித்தல்.**

S = **புன்னகைத்தல், நல்ல மூட் போன்றவை.**

:-* = **முத்தம்.**

: - (= அவ்வளவு மகிழ்ச்சியாக இல்லை.

இம்மாதிரி நூற்றுக்கணக்கில் பேச்சுக் குறிகள் இருக்கின்றன.

அவற்றை நீ எங்கும் பார்க்கலாம்.

அம்மா.''

ஆனால், தன்னுடைய பெயருக்குப் பிறகு எந்தக் குறியையும் அவள் பயன்படுத்தவில்லை.

அவளுக்கு அவ்வப்போது மின்னஞ்சல் அனுப்புவேன், வார்ன், கணினியை ல்யூக் பயன்படுத்தாதபோது, என் முறை வரும்போது. நான் சில ஸ்மைலிகளைப் பயன்படுத்த ஆரம்பித்தேன். ஆனால், பாட்டியின் இறுதிச் சடங்குக்குப் பிறகு புன்னகைக்க எதுவும் இல்லை.

''என் முறை இப்போது.'' ல்யூக் தேட ஆரம்பித்தான்.

''நான் இறுதி நினைவுகள் இணையதளத்தைக் கண்டுபிடித்துவிட்டேன். அதிலிருக்கும் படிவங்களை நான் உன் பாட்டி என்று நினைத்துக்கொண்டு நிரப்பப்போகிறேன். பாட்டி என்ன செய்தாள் என்பதைக் கண்டுபிடிக்க. ஒருவேளை அது நமக்கு ஏதாவது தடயத்தைக் கொடுக்கலாம்.''

நான் அவன் முதுகுக்குப் பின்னாலிருந்து உரக்கப் படித்தேன்.

'' 'உங்கள் மரணத்திற்குப் பிறகான ஏற்பாடுகள். இதில் இணைந்துகொள்ள உங்கள் மின்னஞ்சல் முகவரியைப் பதிவுசெய்யுங்கள்...' இப்போது அதைத் தந்தால் அவர்கள் நம்மிடமிருந்து ஒரு பெரிய தொகையைக் கேட்பார்கள் இல்லையா?' ''

நான் இணையதளங்களில் சேரக் கூடாது என்று அம்மா எச்சரித்திருக்கிறாள்.

''இல்லை, பிறகு நான் அதை அழிக்க முடியாது. நாம் இப்போது அதிகம் கேட்கும் கேள்விகள் பகுதியைப் பார்ப்போம். செய்முறை விளக்கத்தையும் பார்ப்போம். இது எப்படிச் செயல்படுகிறது என்பதைத் தெரிந்துகொள்ள இதுதான் விரைவான வழி.''

ல்யூக் படுவேகமாக விசைப்பலகையைத் தட்டினான், ஏதோ அவன் விரல்களுக்கு உயிர் இருந்ததைப்போல. அவற்றிற்கேயான உயிர். மரணம். நான் இம்மாதிரி சொற்களை நினைப்பதை நிறுத்த வேண்டும்.

அடிக்கடி கேட்கும் கேள்விகள்

கே: நீங்கள் என்னென்ன சேவைகளை வழங்குகிறீர்கள்?

ப: உங்களுக்கென்றே அந்தரங்கமான ஒரு கோப்பைத் தருவோம். அதில் நிரப்புவதற்கு எளிதான படிவங்கள் இருக்கும். இவற்றைக் கொண்டு உங்களுக்குப் பிடித்தவர்களுடன் நீங்கள் முக்கியமான தகவல்களைப் பகிர்ந்துகொள்ளலாம்.

கே: உங்களுடைய சேவைகள் உயிலின் இடத்தை எடுத்துக் கொள்ளுமா?

ப: இல்லை. பார்க்கப்போனால் ஒரு தொழில்முறை ஆலோசகரை நீங்கள் சந்திப்பதற்கு முன் இந்தப் படிவங்களை நிரப்புவதன் மூலம் நீங்கள் நிறைய நேரத்தை மிச்சம் பிடிக்க முடியும். நீங்கள் உங்கள் குடும்பத்தினரிடமும் நண்பர்களிடமும் உங்கள் இறுதி விருப்பங்களைத் தெரிவிப்பதற்கு நாங்கள் உதவுகிறோம்.

கே: என்னுடைய தகவல்கள் எப்படி அனுப்பப்படும்?

ப: ஒருவர் அல்லது ஒன்றுக்கு மேற்பட்டவரை 'காப்பாளராக' நீங்கள் தேர்ந்தெடுக்க வேண்டும். காப்பாளருக்குத் தனியே நுழைவு வசதியும் கடவுச்சொல்லும் கொடுக்கப்படும். நீங்கள் இறந்த பிறகு அவர்கள் உங்கள் தகவல்களை நீங்கள் விரும்பும் நபர்களுக்கு அனுப்புவார்கள்.

கே: நான் சேருவதற்கு முன்னால் உங்கள் சேவைகளைப் பார்க்க முடியுமா?

ப: முடியும். எங்களுடைய இணையதளத்தின் தலைப்புப் பக்கத்தில் இருக்கும் செயல்முறை விளக்கத்தை நீங்கள் பார்க்

கலாம். எப்படி 'பெயர் தெரியாத ஒருவர்' ஒரு கற்பனை உறுப்பினர், எங்களுடைய சேவைகளைப் பயன்படுத்தியிருக்கிறார் என்பது உங்களுக்குத் தெரியவரும்.

"பெயர் தெரியாத உறுப்பினரைச் சந்தியுங்கள். அது நான் தான்..."

ல்யூக் 'நீக்கு' என்ற விசையை அழுத்தினான்.

"இதைத்தான் உன்னுடைய பாட்டி செய்திருப்பாள். செல்லப் பிராணிகளுக்குக்கூட அவர்கள் ஒன்று வைத்திருக்கிறார்கள். யார் அந்தப் படிவத்தை நிரப்புவார்கள் என்று யோசிக்கிறேன். அ. நாய்?"

"ல்யூக்!" அவன் அப்பா அழைத்தார். "கணினியை விட்டு எழுந்திரு. இங்கே வெளியே வந்து உன்னுடைய ஹாக்கி மட்டையை எடுத்துக் கொள்."

அடுத்த அரை மணி நேரத்திற்கு கார் கொட்டகையின் பக்கத்தில் ல்யூக் அவனுடைய அப்பாவுடன் லூட்டி அடித்துக்கொண்டிருந்தான். விஷ். டமால். நிறைய சிரிப்புகள்.

"கவனம்!"

ஒரு பழைய நாற்காலியை அவர்கள் கோல் கம்பமாகப் பயன் படுத்தினார்கள். மேடு பள்ளமாயிருந்த பாதையில் ல்யூக் ஹாக்கி பந்தை உருட்டிக்கொண்டிருந்தான். நாற்காலிகளின் கால்களுக்கிடையே அவன் ஒரு கோல் அடிக்க முயன்றுகொண்டிருந்தான். அப்பா தடுப் பாட்டக்காரர், அதாவது சிரிப்பு மேலிட்டு அவர் குனிந்திருக்காத போது. அவர் தன்னுடைய விளையாட்டுக் கால்சட்டையை மேலே இழுத்துக்கொண்டு, தன்னுடைய அழுக்கடைந்திருந்த மூக்குக் கண் ணாடியைப் பின்னுக்குத் தள்ளிவிட்டுக்கொண்டிருந்தார்.

"போட்டாயிற்று." அவர்கள் சிரித்துக்கொண்டே தங்கள் கால்க ளும் ஹாக்கி மட்டைகளும் பின்னிக்கொள்ள கீழே விழுந்தார்கள். இடையில் அவர்கள் பூனை, ல்யூக் பின்னுக்கு நகர்ந்தபோது விருட் டென்று ஓடியதால் பூனையின் மீது விழுந்தான்.

‘‘உன்னுடைய தவறுதான் புஸ், விலகிப் போ. என் காலுக்கடியில் வந்தால் நான் உன்னைக் கூழாக்கிவிடுவேன். பிறகு நீ ஒரு தட்டையான பூனை ஆகிவிடுவாய்.’’ ல்யூக் பூனையைத் தன்னுடைய காலால் தள்ளிவிட்டான்.

‘‘வாயில்லாத ஜீவன்களைக் கோபிக்காதே.’’ ல்யூக்கின் அப்பா பூனையை எடுத்து அதனுடைய சருமத்தைத் தடவிச் சரிசெய்தார். ‘‘சாரி புஸ், உன்னுடைய ஒன்பது ஆயுள்களில் ஒன்றை நாங்கள் கிட்டத்தட்ட அழித்துவிட்டோம்.’’

‘‘அது ஒன்றும் முட்டாள் பூனை இல்லை. அது கத்துவதை எங்கும் கேட்கலாம்.’’ ல்யூக் ஆட்சேபித்தான்.

‘‘நீ ஒரு முறை? ஜோயி?’’ ல்யூக்கின் அப்பா தன் மட்டையை நீட்டினார். ஆனால், நான் தலையசைத்தேன். பொதுவாக அப்பா என்பவர் இல்லை என்று நான் உணர்ந்ததில்லை. ஏனென்றால், அவர் எப்போதுமே உடன் இருந்ததில்லை. ஆனால், சில நேரங்களில் ல்யூக்கின் குடும்பம் அவ்வளவு சிக்கலற்று இருப்பதைப் பார்க்கும்போது சற்று வலிக்கிறது. என்னுடைய குடும்பத்தில் இன்னும் யார் இருந்தார்கள் என்று எனக்குத் தெரியவில்லை. பல பாட்டிகள். ஒருவேளை ஒரு மாமா. பாட்டி வரைந்ததுபோல் நான் ஒரு மரத்தை வரைந்து எல்லாக் கிளைகளையும் குச்சிகளையும் வரைய வேண்டும். அவள் அதைத் தனக்காக வரைந்துகொண்டாளா? அல்லது வேறு யாருக்காகவாவது? அல்லது புரூஸினுடைய டையைப் பார்த்து நகலெடுத்தாளா?

‘‘ஹாக்கி விளையாடுவதைப் பற்றித்தான் அப்பா கேட்டார், புஸ்ஸை நசுக்குவதைப் பற்றியல்ல’’ ல்யூக் சிரித்தான். ‘‘அது ஒன்றும் மோசமான யோசனையில்லை.’’

‘‘ஆமாம் எனக்குத் தெரியும்’’ நான் சொன்னேன், ஆனால், நான் உண்மையில் பாட்டியின் தடயங்களைப் பற்றி யோசித்துக்கொண்டிருந்தேன்.

ஃபார்ச்சூனா என்பது யார்? நான் ஆங்கிலத்தில் எழுதியிருக்காத அஞ்சல் அட்டைகளைக் கவனமாகப் பார்த்தேன். ஆனால், மூன்றாவது பெயராக ஜாரியா! நாலு மணிக்கு ஸ்டூடியோ 17க்குப் போவேன், பள்ளியிலிருந்து சீக்கிரமே வர வேண்டியிருந்தாலும். புரூஸுடன் **'திறக்கக் கூடாது'** உறையை நான் பகிர்ந்துகொண்டிருக்க வேண்டும், ஆனால், பாட்டியின் பொருள்களை என்னிடமிருந்து எடுத்துக்கொண்டு போய்விடுவார்கள். மோசமான காரணங்களுக்காகப் பாட்டிக்கு வேறு வாழ்க்கைகள் இருந்தால் அடுத்த **'காணாமல்போன மில்லியன்கள்'** நிகழ்ச்சி மூலம் முழு உலகமே அதைத் தெரிந்துகொண்டுவிடும்.

''புஸ்ஸைக் கொஞ்ச வேண்டுமா?'' அதனுடைய ரோமத்தைத் தடவியவாறே ல்யூக்கின் அப்பா பூனையை என்னிடம் நீட்டினார்.

''வேண்டாம், நன்றி.'' புஸ்ஸுக்கும் எனக்கும் ஒருவரையொருவர் பிடிக்காது. அந்தப் பூனையைப் பொறுத்தவரை நானும் பார்க்கும் ஒத்துப்போனோம்.

''சாப்பாடு தயார்.'' ல்யூக்கின் அம்மா சொன்னாள்.. அவள் சாப்பாட்டு மேஜையில் சிவப்பு விரிப்புகளை வைத்திருந்தாள். சாப்பிடுவது அதில் சிந்திவிட்டால் துடைத்துவிடலாம்.

ல்யூக்கின் அம்மா தயாரிக்கும் ஸ்பாக் போல்* மிகப் பிரமாதமாக இருக்கும். ல்யூக் இருமுறை அதைப் போட்டுக்கொண்டான். நானும் தான். அதன்மேல் இருக்கும் பாலாடைத் துண்டுகள் பிரமாதம். முறுமுறுப்பான ரொட்டி பக்கவாட்டில் அரிந்துவைக்கப்பட்டிருந்தது. கேட்டிடமிருந்து ல்யூக்கின் அம்மா மிகவும் வித்தியாசமானவள், சமைப்பது என்றாலே கேட்டுக்குப் பிடிக்காது.

''அறங்காவலரைப் பற்றி ல்யூக் சொன்னான். உனக்கு உதவி கிடைத்திருப்பது குறித்து மகிழ்ச்சி. உன்னுடைய பாட்டி சமீபத்தில் தான் அந்த ஏற்பாட்டைச் செய்திருக்க வேண்டும். அந்த வீட்டிலிருந்து

* இடியாப்ப வகை உணவு.

நீ ஏதாவது கொண்டுவந்தாயா?'' ல்யூக்கின் அம்மா தொடர்ந்தாள், "நாயைப் பற்றி என்ன முடிவு?"

"திருமதி டோனா... அதாவது நெல் அதற்குச் சில நாட்கள் தீனி கொடுப்பார். நான் அதை நடைப்பயிற்சிக்கு அழைத்துப்போவேன். பார்க்கை இங்கே கொண்டுவருவதற்கு நான் விரும்பவில்லை."

ல்யூக்கின் அம்மா தலையை அசைத்தாள்.

புஸ் பிற பூனைகளுடனேயே ஒத்துப்போகாது. பார்க் மாதிரி ஒரு நாய் என்றால் இன்னும் மோசம்.

"கோவாக்ஸ் குடும்பப் புகைப்படங்கள் சிலவற்றைக் கொண்டுவந் திருக்கிறேன். அதை என் அறையில் மாட்டப்போகிறேன்."

"நாங்கள் பார்க்கலாமா?" என்று ல்யூக்கின் அம்மா கேட்டபடியே மீதியிருந்த உணவுப் பொருள்கள்மீது கிலிங்-ராப் தாளை வைத்தாள்.

நான் தலை அசைத்தேன். ல்யூக்கும் நானும் சாப்பாட்டு மேஜை யைச் சுத்தம் பண்ணி, உணவுப் பாத்திரங்களைப் பாத்திரங்கள் கழு வும் இயந்திரத்தில் அடுக்கிக்கொண்டிருந்தபோது நான் அந்தப் புகைப் படங்களைப் பற்றி யோசித்தேன். 'திறக்கக் கூடாது' உறையையும் எண்-வய முறையில் சீரமைக்கப்பட்டப் படங்களைப் பற்றியும். நான் என் அறையில் இருக்கும்போது தனியே பார்க்க வேண்டும் என்று நினைத்துக்கொண்டேன்.

என் படுக்கை அறையில் நினைவு இடம் ஒன்றைப் புகைப்படங்க ளுடன் அமைத்தேன்.

"நல்ல கெபி!" மெழுகுவர்த்திகளைப் பார்த்த ல்யூக் பிறகு சொன் னான்.

"அந்தத் திரைச்சீலைகள் மெழுகுவர்த்திகளின் மேல் பட்டால் தீப் பற்றிக்கொள்ளும். புகையை உணரும் கருவியை அப்பா இன்னும் பொருத்தவில்லை. வெளியே வந்து தொலைக்காட்சியைப் பார்."

'காணாமல்போன மில்லியன்கள்' நிகழ்ச்சியைப் பார்க்க ல்யூக் விரும்பினான். ''அதோ புரூஸ், அவரைப் பாரேன்...!'' புரூஸ் கேமரா முன் இருப்பதை விரும்பினார் என்பது தெளிவாகத் தெரிந்தது.

''ஆமாம்'' நான் சொன்னேன் ''அவரிடம் பேசும்போது அப்படித் தெரியவில்லை.''

'' 'காணாமல்போன மில்லியன்கள்' நிகழ்ச்சிக்கு உங்களை வரவேற்கிறேன். இந்தத் தொலைக்காட்சி நிகழ்ச்சியை உங்களுடன் பகிர்ந்து கொள்வதில் மகிழ்ச்சி. சிலர் இறக்கும்போது உயில் எதையும் விட்டுச் செல்வதில்லை. சில சமயம் அவர்களுக்கு நிறைய சொத்து இருக்கிறது. நீங்கள் அந்த மாதிரியான நபரின் குடும்பத்தைச் சேர்ந்தவர் என்பதை நிரூபிக்க முடிந்தால் உங்களுக்கு லாபம். இந்த நபரை உங்களுக்குத் தெரியுமா?

''அரசு நியமிக்கும் அறங்காவலரின் வேலை யாருக்கு இந்தச் சொத்து போகும் என்பதே. ஒருவேளை உங்களால் உதவ முடியும்.''

ஒரு பெண்ணின் முகம் பெரிதாக்கப்பட்டுத் திரையில் தெரிந்தது.

''மிகத் தெளிவாக இருக்கிறது'' ல்யூக் எப்போதும் தான் ஒரு தொழில்நுட்ப வல்லுநன் என்பதைக் காட்டிக்கொள்ள விரும்புவான்.

''ஃபிரீடா என்று அழைக்கப்பட்ட இந்தப் பெண்மணி சமீபத்தில் இறந்தார். ஒரு மில்லியன் டாலருக்கு மேல் மதிப்புள்ள சொத்தை விட்டுச் சென்றிருக்கிறார். நாங்கள் அவர் குடும்பத்தில் வந்தவர்களைத் தேடிக்கொண்டிருக்கிறோம். பிறப்புச் சான்றிதழ், புகைப்படங்கள் போன்ற ஆவணங்கள் சாட்சியாகத் தேவைப்படும். அவர் அந்தக் குடும்பத்தைச் சேர்ந்தவரா என்பதை அறிய DNA பரிசோதனைகள் தேவைப்படலாம். ஃபிரீடாவின் DNA பரிசோதனை முடிவுகளுடன் உரிமை கோருபவரின் DNA ஒத்துப்போகிறதா என்று பார்க்கப்படும்.''

கேமரா ஒரு கடவுச்சீட்டுப் புகைப்படத்தைப் பெரிதாக்கிக் காட்டியது, பாட்டியின் அடையாள அட்டையைப் பற்றி என்னை நினைக்கத் தூண்டியது. பாட்டி ஆஸ்திரேலியாவுக்குள் வந்தபோது ஏன் அவளிடம்

கடவுச்சீட்டு இருந்திருக்கவில்லை என்றும் யோசித்தேன். ஒருவேளை அவள் சட்டபூர்வமாக ஆஸ்திரேலியாவுக்குள் வந்திருக்கலாம், ஆனால், கடவுச்சீட்டைப் புதுப்பிக்காமல் இருந்திருக்கலாம்; 1956 என்பது பல வருடங்களுக்கு முன்பு. பாட்டி ஒரு மர்மமான பெண்மணியாக மாறிக் கொண்டிருந்தாள். உண்மையான அவளை யாராவது நினைவில் வைத் திருப்பார்களா?

"அவள் ஏற்கனவே இறந்திருந்தால் எப்படி அவளுடைய குடும் பத்தாரின் DNAவுடன் ஒப்பிட அவளிடமிருந்து DNAவை எடுத்திருக்க முடியும்" என்று நான் கேட்டேன்.

"ஒருவேளை மீண்டும் உடலைத் தோண்டியெடுப்பார்களோ என்னவோ?" என்றான் ல்யூக். "உடலிலிருந்து ஒரு சிறிய துண்டை வெட்டியெடுப்பார்கள். அறிவியல் பாடத்தில் நமக்குத் தவளையைக் கூறுபாட்டாய்வு செய்ய வேண்டியிருந்தது. அதன் பின் நோயல்..."

"ல்யூக்...!" அவன் அம்மா ஒரு எச்சரிக்கைக் குரலில் சொன்னாள், "ஜோயி இன்று எங்கே இருந்தாள் என்பதை நினைவுபடுத்திக்கொள்."

அவள் பரிவுடன் இருப்பதற்கு முயன்றாள், ஆனால், ல்யூக் தன் னுடைய லொடலொடா வாயுடன் தான் நினைத்ததைச் சொல்லிக் கொண்டிருப்பான், அது நாம் சற்று உற்சாகமில்லாமல் இருக்கும்போது இதமாகத்தான் இருக்கும். பாட்டியைப் பற்றி நான் கவலைப்பட வில்லை என்பதல்ல. நான் நிச்சயம் கவலைப்பட்டேன். நிறைய... ஆனால், இப்போது நடந்துகொண்டிருப்பது பாட்டியுடனோ என் னுடனோ சம்பந்தப்பட்டதுபோல் இல்லை. எனினும், ல்யூக்கின் அம்மா நாங்கள் அலட்சியமாக இருக்கிறோம் என்று நினைத்துவிடாத வகையில் என் குரலைத் தாழ்த்திக்கொண்டேன்.

நான் கிசுகிசுத்தேன், "ஒருவேளை அவர்கள் தகனம்செய்யப்பட் டால்? ஒப்பிடுவதற்கு அவர்களிடம் எதுவும் இருக்காதே? சாம்பலை ஒருவர் பயன்படுத்த முடியாது, இல்லையா?" இடுகாட்டில் வரிசை வரிசையாக வைக்கப்பட்டிருந்த கலன்கள் நினைவுக்கு வந்தன.

"ஒருவேளை அதற்காகத்தானோ என்னவோ சிலரைத் தகனம் செய்துவிடுகிறார்கள், அப்போது அதிகாரிகள் எதையும் சரிபார்க்க முடியாது அல்லவா?" ல்யூக் யோசனையில் ஆழ்ந்தான்.

"உன்னுடைய பாட்டி தகனம் செய்யப்பட வேண்டும் என்று யார் முடிவு செய்தார்கள்?"

"அவள்தான் முடிவு செய்திருப்பாள் என்று நினைக்கிறேன். அவள் அதை எழுதிவைத்தாளா? தனக்கு என்ன வேண்டுமென்று யாரிடமாவது சொல்லியிருந்திருக்க மாட்டாளா?"

"அவள் எதிர்பாராமல் திடீரென்று இறந்திருந்தால் அது சாத்தியமில்லை. இதுவரை யாரும் உயில் எதையும் கண்டுபிடிக்கவில்லை." எங்களுக்குப் பின்னால் தொலைக்காட்சி-புரூஸ் தன்னிடமே பேசிக் கொண்டிருந்தார். "என்ன செய்ய வேண்டும் என்று சொல்வதால்தான் உயில்கள் 'will' என்று அழைக்கப்படுகின்றன. இதைச் செய்வாயா...? என்பதுபோல். உறுப்புகளைத் தானம் செய்பவர்கள் சொல்வது மாதிரி... ஒருவர் இறந்துவிட்டால் யார் என்ன செய்ய வேண்டும் என்று..." ல்யூக்கின் முகம் சட்டென்று சிவந்தது. "மன்னித்துக்கொள், நன்றாகத்தான் இருந்தாள், உன் பாட்டி."

"ஆமாம். அவளுடைய இறுதிச் சடங்கின்போது நீ அப்படித்தான் சொன்னாய்."

'காணாமல்போன மில்லியன்கள்' நிகழ்ச்சி முடிவுக்கு வந்து, புரூஸின் முகத்துக்கு மேலே மின்னஞ்சல் முகவரிகள், தொலைபேசி எண்கள், தொலைநகல் எண்கள் ஓடின. 'வெண்மைப் பெண்க'ளின் இறுதிச் சடங்கு விளம்பரம் சற்று அதிகச் சத்தத்துடன் வந்தது. ஒருவர் தன்னுடைய இறுதிச் சடங்குக்கு எப்படி ஏற்பாடுகள் செய்யலாம், முன்பணம் செலுத்துவது எப்படி, என்ன நடக்க வேண்டும் என்று அவர்கள் விரும்பினார்கள் என்பதைக் குறித்த யோசனைகளைச் சொன்னபடி.

ல்யூக் தொலைக்காட்சியைச் சுட்டிக்காட்டினான். "இதிலிருந்து தான் உன் பாட்டிக்கு இந்த யோசனைகள் வந்து முன்பே பதிவுசெய்து கொண்டாள் என்பது நிச்சயம்."

நான் தலையசைத்து ஆமோதித்தேன், பாட்டி என்ன மாதிரி பரி சோதனைகளைச் செய்துகொண்டாள் என்று யோசித்தபடி. ரத்த வங்கிகள் தங்களிடம் கொடையாகக் கொடுத்தவர்களின் ஆவணங் களை வைத்திருக்குமா? ஆமாம், எனக்கு நினைவுக்கு வருகிறது, ஒரு ரத்த வங்கியில் நான் ஒரு பானத்தைக் குடித்தவாறு அவளுக்காகக் காத் திருந்தது. ஏனென்றால், பதினாறு வயது முடிவதற்கு முன்னால் ரத்தம் கொடுக்க முடியாது.

"ரத்தத்தின் DNAவை ஒப்பிட முடியுமா?" நான் கேட்டேன்.

"நிச்சயம். அல்லது உன்னுடைய கன்னத்தின் உட்புறத்திலிருந்து ஒரு பஞ்சுக்குச்சியால் உரசி உன்னுடைய DNAவை எடுக்க முடியும். அதை நான் ஒரு தொலைக்காட்சி நிகழ்ச்சி ஒன்றில் பார்த்தேன். அல் லது உன்னுடைய முடியைக் கொண்டுகூட அதைச் சொல்ல முடியும். உன் அப்பா உன் அப்பாதானா என்று சொல்ல முடியும்."

ல்யூக் சிரித்தான். "முடிந்தால் என் அப்பா என்னை வேறு யாருக் காகவாவது மாற்றிக்கொள்ள விரும்புகிறார் என்று சொல்கிறார், ஆனால், துரதிர்ஷ்டவசமாக நாங்கள் இருவரும் ஒருவரைப் போல் ஒருவர் இருக்கிறோம்." ல்யூக்கின் அப்பா ஒரு அரதப் பழசான மூக்குக் கண்ணாடியைப் போட்டிருந்தார். மோசமான பார்வை மரபணுக்கள் வார்ன் குடும்பத்தில் இருக்கின்றன. எவ்வளவு அதிர்ஷ்டம்!

"நான் என் பாட்டியின் உயரம்தான் இருக்கிறேன்... என் கண்களின் நிறமும் ஒரே மாதிரி இருக்கிறது." அது எதையும் நிச்சயமாக நிரூபிக்க வில்லை. என்னுடைய மூக்கும் பாட்டியின் மூக்கைப் போல் வெளியே துருத்திக்கொண்டிருக்க ஆரம்பிக்கிறது என்பதை நான் சொல்லவில்லை.

அம்மா பொதுவாக வாரத்துக்கு ஒரு முறை தொலைபேசியில் அழைப்பாள். ஆனால், அவற்றுக்கு இடையில் மின்னஞ்சல் அனுப்பு

வாள். ஏனென்றால், அங்கே கீழே, தெற்கேயிருந்து தொலைபேசியில் பேசுவதென்றால் மிகவும் செலவு பிடிக்கும். அவள் எப்போது அழைப்பாள் என்பதுபற்றி முன்கூட்டியே ஏற்பாடு செய்துகொண்டு நான் தொலைபேசியின் அருகில் இருப்பேன். ல்யூக்கின் வீட்டில் தொலைபேசி கூடத்தில் இருந்தது, அதன் மின்கம்பியும் நீளமாக இல்லை, அதனால், நான் பேசுவதை மற்றவர்கள் கேட்க முடியும். பொதுவாக, அம்மா பிறர் சொல்வதைப் பொறுமையுடன் கேட்கும் ஆள் இல்லை. சில நேரங்களில் என்ன சொல்வது என்று எனக்குத் தெரியவில்லை. ஏனென்றால், அவளுடைய வாழ்க்கை அவ்வளவு வித்தியாசமாக இருந்தது. ஆராய்ச்சி நிலையத்தில் அவள் என்ன வேலை செய்தாள் என்பதை மட்டும் சொல்வாள், அல்லது பெங்குவின்களைப் பற்றியோ, பெரும் ஐஸ் பாறைகளைப் பற்றியோ. சில நேரங்களில் அவள் ல்யூக்கின் அம்மாவுடன் பேசுவாள். ஆனால், அது எப்போது என்று ஒரு போதும் எனக்குத் தெரிந்ததில்லை. இறுதிச் சடங்குகளின்போது அம்மா சற்று அடிக்கடியே அழைத்தாள். சடங்குகள் எப்போது, யார் வந்திருந்தார்கள், எப்போது நடந்தது என்பதைப் பற்றிப் பேசுவது எளிதாக இருந்தது. பாட்டியைக் குறித்து வேறு யாரோ மாதிரி பேச என்னால் முடியவில்லை. அது எல்லாம் எனக்குத் தெளிவில்லாமலேயே இருந்தது. அம்மாவிடம் கேட்க வேண்டிய கேள்விகளை எழுதி வைத்துக்கொள்ளலாம்.

"ல்யூக், மறுபடியும் நொறுக்குத் தீனி சாப்பிட்டாக வேண்டும் என்று உனக்குத் தோன்றினால் மீதமிருக்கும் ஸ்பாக் போலைச் சாப்பிட்டு விட்டுத் தட்டைக் கழுவி வைத்துவிடு." ல்யூக்கின் அம்மா நினைவூட்டினாள். அதற்குப் பிறகு நான் பல் துலக்கிக்கொண்டிருக்கும்போது ல்யூக் கதவைத் தட்டினான். "ஜோயி, அந்த '**காணாமல்போன மில்லியன்கள்**' நிகழ்ச்சி என்னை யோசிக்க வைத்தது... உன் பாட்டியின் கடந்தகாலம் குறித்து இணையதளத்தில் தேடவா?"

‘‘அவள் காணாமல் போகவில்லை. அவள் இறந்துவிட்டாள். எப்படி யிருந்தாலும் அவள் இங்கு இருந்தாள் என்பதை சாண்டர் ஏற்கனவே கண்டுபிடித்துவிட்டார். அவள் யாரையாவது கொன்றாள் என்று நாம் கண்டுபிடித்தால் என்ன செய்வது? அல்லது ஒரு உளவாளி என்று? அவ ளுக்குப் பல பெயர்கள் இருந்தன என்பது தெரிகிறது... பல வாழ்க்கை களும்.’’

ல்யூக் மெதுவாகக் கேட்டான் ‘‘ஒருவேளை வேறு காரணங்களுக் காக அவள் பெயரை மாற்றிக்கொண்டிருந்தால்?’’

‘‘உனக்கு எந்தப் பெயரை வைத்துத் தேட வேண்டும் என்று தெரி யுமா? அல்லது நீ வேறு மாக்டா யாரையாவது கண்டுபிடித்தால்?’’

‘‘எல்லாவற்றையும் முயன்றுபார்க்க வேண்டியதுதான்.’’ ல்யூக் தீர் மானமாகச் சொன்னான்.

நான் என் தலையணை அடியில் இரண்டு குடும்பப் புகைப்படங் களுடன் தூங்கினேன். எது உண்மை? அல்லது இரண்டுமே போலியா? அவை இரண்டும் இணையான குடும்பங்கள்போல் தெரிந்தன. பாட்டி அவற்றை ஸ்கேன் செய்து யாருக்காவது அனுப்ப நினைத்தாளா? அல் லது இறுதி நினைவுகள் இணையதளத் தகவல்களுடன் இணைக்க விரும்பினாளா?

அன்றிரவு கனவில் நான் மறுபடியும் இறுதிச் சடங்கில் இருந்தேன். எல்லாம் மறுபடியும் நிகழ்வதுபோல் ‘வெண்மைப் பெண்க’ளுடனும் சற்று என்போல் தெரிந்த ஒரு சிறுமியுடனும்; பெரிய மூக்கு, மணல் நிறத்தில் முடி, முகச்சுருக்கங்கள். கணினியினால் சீரமைக்கப் பட்ட புகைப்படம்போல். சற்றுத் தாத்தாவைப் போல், வழுக்கை யாவதற்கு முன் அவருடைய சிவப்பு முடியுடன், அவருடைய தலை யின் ஓரங்களில் மிருதுவான மயிர்க் கற்றைகளுடன். பார்க்கூட கனவில் வந்தது, ஹங்கேரியின் மொழியில் குரைத்துக்கொண்டு. அந்த நாயிடம் அதற்கு எத்தனை மொழிகளில் குரைக்கத் தெரியும் என்று கேட்க

ஆரம்பித்தபோது விழித்துக்கொண்டேன். ஏதோ முடிக்கத் தெரியாத ஆங்கிலக் கட்டுரை மாதிரி... *அது எல்லாம் ஒரு கனவு.*

அது கனவுதான். பாட்டியின் இறுதிச் சடங்கில் வேறு குழந்தைகள் இல்லை. ஆனால், அவள் வரலாற்றில் எனக்குத் தெரியாதவர்களைப் பற்றி நான் கவலைப்பட்டுக்கொண்டிருந்தேன், அந்தப் பையனும் என் கனவில் இருந்தான். அப்படித்தான் மறுநாள் காலையில் ல்யூக் காலை உணவின்போது சொன்னான்.

"நாய்கள் ஹங்கேரியில் பேசுவதில்லை அல்லது இணையதளத்தில் உயில்களை எழுதுவதில்லை. உனக்குச் சரியான பதில்கள் கிடைக்காத தால் எல்லாவற்றையும் கற்பனைசெய்துகொள்கிறாய். அடுத்த முறை உன் அம்மா தொலைபேசியில் அழைக்கும்போது அந்தப் பையனைப் பற்றிக் கேள் அல்லது இணையத்தில் சர்வதேசச் செஞ்சிலுவைச் சங்கம் கேட்கும் கேள்விகளுக்குப் பதில் சொல்."

ல்யூக் அப்படித்தான்.

O

8

புதிரான பெண்

ஃபார்ச்சூனா வருவதைப் பார்க்க வேண்டும் என்று நான் பிரதான வீதியில் ஸ்டூடியோ 17க்கு 3.50 மணிக்குப் போனேன்.

இன்று பள்ளிக்கூடம் ஒன்றும் உருப்படியாக இல்லை. திரு. கிராண்டின் வகுப்பில் மாணவர்கள் இன்னும் 'குடும்பத்தின் மிக முதியவர்களு'டன் அவர்கள் மேற்கொண்ட நேர்காணலை எழுதிக்கொண்டிருந்தார்கள். நான் அம்மாவைக் கேட்டாலொழிய, என்னுடைய குடும்பத்தின் முதிய உறுப்பினர்களைப் பற்றி எப்படி எழுத முடியும்? ஆனால், அறிவியல் ஆசிரியரிடம் DNAஐப் பற்றிக் கேட்டேன். அதற்கு ஒரு உடல் வேண்டுமாம். குறைந்தபட்சம் உடலிலிருந்து மாதிரிகள்.

''எந்த மாதிரியான மாதிரிகள்?'' திரு. நோயலிடம் நான் கேட்டேன்.

''மருத்துவமனைகளில் பயாப்சிக்காக எடுக்கும் மாதிரிகள் பதினைந்து வருடங்கள்கூட இருக்கும்.''

''தீவிரச் சிகிச்சைப் பிரிவிலிருக்கும்போதுகூட மாதிரிகளை எடுப்பார்களா?''

திரு. நோயல் என்னை விசித்திரமாகப் பார்த்தார். "இருக்கலாம். அவற்றை pathology மாதிரிகள் என்பார்கள். ல்யூக் தன்னுடைய பாடத்திற்காகத் தவளைகளைப் பயன்படுத்துகிறான். நீயும் உன் அறிவியல் பாடத்திற்கு DNAஐப் படிக்கப்போகிறாயா?"

"ம்... ஆமாம்" நான் அறிவியல் பாடத்தை மறந்துவிட்டிருந்தேன். குடும்ப வரலாற்றில் மூழ்கியிருந்தேன்.

முன்பெல்லாம் என்னுடைய பள்ளிப் பாடத்திற்குப் பாட்டி உதவுவாள். ஆனால், நான் என் வரலாறு பாடத்திற்காக அவள் 1956இல் எப்போது, எதற்காக ஆஸ்திரேலியாவுக்கு வந்தாள் என்று கேட்ட போதெல்லாம் பேச்சை மாற்றி என்னுடைய ஹாக்கிப் பயிற்சியைப் பற்றிப் பேசுவாள் அல்லது "அந்த டிம் டாம்களை* எடு, சாப்பிடுவோம்" என்று சொல்வாள்.

பிறப்பு, திருமணச் சான்றிதழ்கள் அல்லது கடவுச்சீட்டுகள் போன்றவற்றை திரு. கிராண்ட் நகல் எடுக்கச் சொல்லியிருந்தார். அதனால், நான் பாட்டியிடம் அவளுடையதைக் கேட்டேன். நான் அதை நகல் எடுப்பதை அவள் விரும்பவில்லை. தன் பார்வையை விட்டு அவை போய்விடக் கூடாது என்று நினைத்திருக்கலாம். ஆனால், அதைவிட வேறு காரணங்கள் இருந்தன. கடவுச்சீட்டுகளைப் பற்றி ஓரளவு எனக்குத் தெரியும். ஏனென்றால், அன்டார்டிக்காவுக்குப் போகும்முன் அம்மா ஒரு புதிய கடவுச்சீட்டைப் பெற்றாள், அவள் ஆஸ்திரேலியப் பிரதேசத்தில் வேலை செய்தாலும் அவளுக்கு ஒரு கடவுச்சீட்டுத் தேவையில்லை என்றாலும்.

"துருவப் பிரதேசத்தில் ஏதாவது அவசரநிலை ஏற்பட்டால் ஒரு வேளை தென் அமெரிக்காவுக்கோ, ஃபாக்லாண்ட்ஸுக்கோ என்னை அழைத்துப்போகலாம். அப்போது அந்த நாடுகளுக்குப் போகவும் வெளியே வரவும் கடவுச்சீட்டுத் தேவை" அம்மா விளக்கினாள்.

---

* ஒரு வகையான சாக்லெட் பிஸ்கட்டுகள்.

''என்னுடைய பழைய கடவுச்சீட்டில் என்னுடைய, பார்த்து ரசிக்கும் படியாக இல்லாத புகைப்படம் இருந்தது.''

அது கொஞ்சம் உண்மைதான். பழைய புகைப்படத்தில் அம்மாவின் மூக்கு நீட்டிக்கொண்டிருந்தது. பாட்டியினுடையதைப் போலவும் என்னுடையதைப் போலவும். ஆனால், பாட்டி அதைப் பற்றிக் கவலைப்படவில்லை. அவள் தன் வரலாற்றைப் பற்றி மட்டுமே கவலைப்பட்டாள்.

இரண்டு கிண்ணங்களில் பாட்டி சாக்லெட் மூஸ் கலவையை ஊற்றிக்கொண்டிருந்தபோது எப்படிச் சிந்தனைவயப்பட்டிருந்தாள் என்பதை நான் கவனித்தது நினைவுக்கு வந்தது. ''ஒவ்வொருவருக்கும் தன்னுடைய கடந்தகாலத்தைக் குறித்த ரகசியங்கள் இருக்கும். அவற்றை வெளிப்படுத்திவிட்டால் அவை ரகசியங்களாக இருக்காது. ஒருவேளை அதனால் மற்றவருக்குத் தீங்கு ஏதும் ஏற்படலாம். இதை ருசித்துப்பார்.'' நான் ருசித்துப்பார்க்க ஒரு ஸ்பூன் ஒன்றைக் கொடுத்தாள்.

''ரகசியச் சமையல் குறிப்புகளா?'' நான் ஸ்பூனை நக்கியவாறே கேட்டேன். மூஸ் பிரமாதமாக இருந்தது. ''சமையல் ரகசியங்களா?''

பாட்டி ஒரு புன்னகையுடன் தலையசைத்தாள். ''அது அவ்வளவு எளிதானதல்ல. என்னிடம் ஒரு அரசியல் ரகசியம் இருக்கிறது. இன்றைய ஆஸ்திரேலியாவில் அதைப் புரிந்துகொள்வது கஷ்டமாக இருக்கும். பயம் ஒருவரை அசாதாரணமான காரியங்களைப் பண்ண வைக்கும்.''

பாட்டி மூஸ் கிண்ணங்களைக் குளிர்பதனப் பெட்டியில் வைத்தாள்.

''எந்த மாதிரி பயம்?'' தொலைக்காட்சிகளில் 6 மணிச் செய்திகளில் ஒரு 30 வினாடிக் கருத்துக்காக உங்கள் மூக்கின் அடியில் மைக்கைத் திணிக்கும் தொலைக்காட்சிச் செய்தியாளர்கள்போல் என் குரல் இருந்தது.

பாட்டி என் கேள்வியை லட்சியம் செய்யவில்லை. "இசையைப் போடு. இதைப் போட்டுப்பார்." அப்போதுதான் பாட்டி தன்னுடைய புதிய நடன உடையை நான் போட்டுப்பார்க்க விட்டாள். சிவப்பு முகத்திரை, தொளதொளவென்று கால்சட்டை, தங்கமுலாம் பூசிய காசுகளால் ஆன இடுப்புப்பட்டையுடன், இடுப்பில் கச்சிதமாகப் பொருந்தி, நடக்கும்போது ஒலி எழுப்புவதாக இருந்தது. அப்போது தான் 'ஆடை அலங்கார'த்தின் பளிச்சென்ற வண்ணங்களும் ஒலிகளும் என்னை ஈர்க்க ஆரம்பித்தன. நான் நடக்கும்போது உணர்ந்த துணியின் பட்டுத் தன்மை எனக்குப் பிடித்திருந்தது.

"வண்ணங்களுடனும் இசையுடனும் நடனம் ஆடு. சிறிது நேரத் திற்கு வேறு எவரோ மாதிரி இரு."

"பாட்டி, நீ உன் வயது அளவுக்கு முதுமை அடைந்த பிறகும் ஆடை அலங்காரம் பிடிக்கிறதா?" என்று நான் கேட்டது நினைவிருக்கிறது.

"நிச்சயம். என் உள்ளே நான் உன் வயதுதான் இருப்பதாக உணர் கிறேன்."

இருக்கலாம். ஆனால் வெளித் தோற்றத்திற்கு அவள் முதியவளாகத் தோன்றினாள், கழுத்தைச் சுற்றி நிறைய சுருக்கங்களுடன். அவளு டைய முகத்திரை சுருக்கம் மிகுந்த அவள் வயிற்றை மூடியது. இசை யை மிகுந்த ஒலியுடன் கேட்க வைத்து நாங்கள் இருவரும் அந்த மதியம் மிகவும் மகிழ்ச்சியாக இருந்தோம். எல்லா டிம் டாம்களையும் நாங்கள் சாப்பிட்டுவிட்டோம்.

அதற்குப் பிறகுதான் நான் சான்றிதழ்களையோ கடவுச்சீட்டையோ பார்க்கவில்லை என்பதை உணர்ந்தேன். பேச்சை மாற்றுவதில் பாட்டி மிகுந்த சாமர்த்தியசாலி. இம்முறை அவள் சாப்பாட்டாலும் நடனத் தாலும் என் கவனத்தைத் திருப்பிவிட்டிருந்தாள். போர்க் காலத்தில் நகரங்கள் அழிக்கப்பட்டன, குறிப்பாக நகராட்சிக்கூடம் குண்டால் தாக்கப்பட்டதால் எல்லா ஆவணங்களும் அழிந்துபோயின என்று திரு. கிராண்ட் சொல்லியிருந்தார். ஆவணங்கள் காணாமல்போயிருந்

தால் ஒருவர் யார் என்று நிரூபிப்பது கடினம். ஒருவேளை இது மாறா கவும் இருக்கலாம்? அவர் மாக்டாவைப் போல் ஆவணங்கள் இல்லாத நகரைச் சேர்ந்தவர் என்று சொல்லிக்கொள்ளலாம்.

ஆக, நான் இங்கேயே இருந்தேன் மர்மமான ஃபார்ச்சூனாவைச் சந்திக்க, ஸ்டூடியோ 17இல். பெல்லி நடன இடத்திற்கு ஒரு விசித் திரமான பெயர். என் முதுகுப்பையில் பாட்டியின் சிவப்பு நடன உடை இருப்பதை உணர்ந்தேன். அதுதான் வேடிக்கை நிறைந்த என்னுடைய குதூகலமான கடந்தகாலத்துக்கான நினைப்பு; பாட்டி யும் நானும் என் பள்ளி வீட்டுப் பாடங்களைச் செய்யாமல் லூட்டி அடித்துக்கொண்டிருந்த காலம். என் பையில் பிறகு தேவைப்படும் என்னுடைய ஹாக்கிச் சாதனங்களும் இருந்தன.

தரைத்தளத்திலிருந்த கடை பலான இடமாகத் தெரிந்தது. முதல் மாடியில் இருந்த நடன அறைக்குப் போன படிக்கட்டுகள்மீது நைந்துபோயிருந்த சிவப்புக் கம்பளம் விரிக்கப்பட்டிருந்தது. கூரையி லிருந்து பளபளக்கும் படிகப் பந்து தொங்கிக்கொண்டிருந்தது, விளக்கு களிலிருந்து வந்த ஒளியைப் பிரதிபலித்து அந்த இடத்தை இன்னொரு உலகமாக மாற்றியவாறு. இசை ஒலித்தது. சுவரிலிருந்த நிலைக் கண்ணாடிகள் நடனமாடியவர்களைப் பிரதிபலித்தது, அந்த அறையில் இருந்தவர்களைவிட அதிகப் பேர் இருந்ததுபோலத் தோற்றத்தை அளித்தது.

ஒரு மேஜையின் மேல் ‘க்ளாரா, குறி சொல்பவர் - உங்கள் எதிர் காலம் கணிக்கப்படும்’ என்று எழுதப்பட்டிருந்த ஒரு அட்டையின் பின்னால் வானவில் வண்ணங்களில் இருந்த ஸ்கார்ஃபை அணிந்த பெண் ஒருத்தி உட்கார்ந்திருந்தாள். ஃபார்ச்சூனாவைப் பற்றி நான் நினைத்துக்கொண்டிருந்ததால், சற்றுத் தயங்கினேன்.

“மணி என்ன?” க்ளாரா கேட்டாள். நான் என் கைக்கடிகாரத் தைப் பார்த்தேன்.

''நான்கு அடிக்க மூன்று நிமிடங்கள்'' என்று நான் சொன்னேன். குறி சொல்பவளுக்கு மணி தெரிந்திருக்க வேண்டுமே! எதிர்காலத்தைப் பற்றிக் கூற முடியுமானால் குறைந்தபட்சம் மணியாவது அவர்களுக் குத் தெரிந்திருக்க வேண்டும்.

டிரம் கருவியின் தாள கதி, துரிதமடைந்தது. ஒரு பெல்லி நடனக் காரி படிகக் கூம்பின் விளக்கின் அடியில் நடனம் ஆடிக்கொண்டிருந் தாள். அவளுடைய உடலைக் காட்டும் இளஞ்சிவப்பு ஹேரம் கால்சட்டையில் அவள் நளினமாக அசைந்தபோது அவளுடைய நெக்லஸ்களும் காப்புகளும் கிணுகிணுத்தன. கைகள் பாம்புகள்போல் அசைந்தன.

பாட்டியின் வயதில் இருந்த பெண்மணி டி-ஷர்ட்டும் ஒடுதளக் கால் சட்டையும் அணிந்து, வெறுங்காலுடன் கைகளைத் தட்டியவாறும், இடுப்பை அசைத்தும் தாள கதிக்கு ஏற்ப ஆடிக்கொண்டிருந்தாள். அந்த இடத்தில் நான் என் பள்ளிச் சீருடையில் எவ்வளவு பொருந் தாமல் இருந்தேனோ அந்த அளவு அவள் இருந்தாள்... நான் ஒரு புதிய பள்ளியில் சேரும்போதெல்லாம், நான் தனித்துத் தெரியக் கூடாது என்பதற்காகச் சீருடையுடன் வரும் பிறவற்றையும் சேர்த்து அம்மா வாங்கிவிடுவாள். ஃபார்ச்சூனா இன்னும் வரவில்லை போலிருந்தது. எதற்கும் நான் கேட்டுப்பார்க்கிறேன்.

''மன்னிக்கவும், என்னுடைய பாட்டி இங்கே பெல்லி நடனம் கற்றுக்கொண்டிருந்தாள்.'' நான் சொன்னேன். ''அவள் மாக்டா, உங்க ளுக்கு அவளைத் தெரியுமா?''

எனக்குப் பின்னால் சுவர் நிலைக்கண்ணாடிகள் உருவங்களைப் பெருக்கிக் காட்டிக்கொண்டிருந்தன; அந்த முதியவள் தன்னுடைய மூக்குக்கண்ணாடி வழியே தலையைச் சற்றுச் சாய்த்து என்னைக் கூர்ந்து பார்த்தாள்.

''அவளுக்கு வேறு பெயர் ஏதாவது இருந்ததா? பலருக்கு அப்படித் தான். அவள் ஒரு குறிசொல்லியா? அவர்கள் எதிர்காலத்தைப் பற்றிச்

சொல்வார்கள், அதாவது சொன்னார்கள், இந்தப் புதிய வரிகளெல்லாம் வருவதற்கு முன். பணப் புழக்கத்தின் ஒரு பகுதியாக அவர்கள் இருந்தார்கள். இப்போது நாம் படிவங்களை நிரப்ப வேண்டியிருக்கிறது.''

''ஜாரியா என்பது அவள் நடனத்துக்காகப் பயன்படுத்திய பெயர் என்று நினைக்கிறேன். இங்கே ஃபார்ச்சூனாவைச் சந்திக்க 4 மணிக்கு வரச் சொல்லித் தகவல் வந்தது.'' இது சுத்த முட்டாள்தனம். நான் வந்தே இருக்கக் கூடாது.

''நான்தான் ஃபார்ச்சூனா. ஜாரியா ஏன் வரவில்லை?''

பதில் சொல்வது அவ்வளவு எளிதாக இல்லை. நான் திக்கித்திணறி ''அவள்... இறந்துவிட்டாள். நேற்று அவளுடைய இறுதிச் சடங்கு நடந்தது'' என்றேன்.

ஃபார்ச்சூனா சற்றுத் தள்ளாடினாள். நான் அவள் கையைப் பிடித்துக்கொண்டேன். திடீரென்று அவள் உண்மையிலேயே மிக முதியவளாகத் தோற்றமளித்தாள்.

''அவள் வரவில்லை என்றால் நான் போகிறேன்.'' அவசரமாக ஃபார்ச்சூனா சொன்னாள்.

நான் அவள் கையைப் பிடித்துக்கொண்டேன். ''சற்றுப் பொறுங்கள் எனக்குச் சில விஷயங்கள் தெரிய வேண்டும்... என்னுடைய பாட்டியைப் பற்றி. மாக்டாவைப் பற்றி... ஃபார்ச்சூனா என்பது உங்களுடைய உண்மையான பெயராக இருந்தால் என் பாட்டியிடமிருந்து உங்களுக்காக ஒன்று கொண்டுவந்திருக்கிறேன்.''

''என்ன?'' சந்தேகத்துடன் ஃபார்ச்சூனா கேட்டாள். எங்கள் தலைக்கு மேல் அசைந்துகொண்டிருந்த படிகக் குமிழ் ஒளியை அதிகமாக்கிற்று. இது எல்லாமே ஏதோ கனவுலகத்தில் நடப்பதுபோல இருந்தது. இணையத்தில் ஒரு விளையாட்டுக்குள் இருப்பதுபோல. இறுதிச் சடங்கு இசையைவிட இது ல்யூக்கை அதிகமாகக் கலவரப்படுத்தும்.

"உங்கள் பெயர் எழுதப்பட்ட அஞ்சல் அட்டைகள்." நான் அவற்றை என்னுடைய முதுகுப்பையிலிருந்து எடுத்தேன்.

ஃபார்ச்சூனா அஞ்சல் அட்டையின் ஓரங்களை மிருதுவாகத் தடவினாள். "அவள் அதை வைத்துக்கொண்டிருந்திருக்கிறாளே! இவற்றை அனுப்பியது எனக்கு நினைவிருக்கிறது. உன் பாட்டியும் நானும் ஒரே கிராமத்தில் வளர்ந்தோம், சேர்ந்தே பல்கலைக்கழகத்துக்குப் போனோம். ஆனால், அவள் ஆஸ்திரேலியாவுக்குப் போன பிறகு அவளது தொடர்பு விட்டுவிட்டது."

"நீங்கள் இளையவர்களாக இருந்தபோது அவள் மாக்டாவா?" ஃபார்ச்சூனாவிடம் இதற்கான பதில்கள் இருந்தன.

ஃபார்ச்சூனா தலையை அசைத்தாள். "டாக்மார் கிஸ் என்பதுதான் அவள் பெயர். ஆனால், நிறைய விஷயங்கள் மாறுகின்றன, பெயர்கள் உட்பட."

அங்கிருந்த எதிர்காலக் கணிப்பு மேஜையைப் பார்த்தவாறு அவளிடம் கேட்டேன், "இந்த இடத்தில் எதிர்காலத்தைக் கணித்துக் கூறுவதால் நீங்கள் ஃபார்ச்சூனா என்ற பெயரைப் பயன்படுத்தி னீர்களா?" ஒரு ஊகம்தான். ஆனால், அது சரியாகத்தான் இருந்தது.

ஃபார்ச்சூனா சிரித்தாள். "முதல் முறை இந்த இடத்துக்கு வந்த போது நல்ல எதிர்காலம் என்ற அடையாளங்களைப் பார்த்தேன். கிராமத்திலிருந்து வந்த பெண்கள் என்பதால் எங்களுக்கு நடனம் ஆடுவது பிடிக்கும். ஆகவே, இங்கே இதுதான் எங்கள் நடனத்துக்கு அடுத்தபடியான சிறந்த விஷயம். உன் பாட்டியை எதிர்பாராத விதமாக இரண்டு வருடங்களுக்கு முன் இங்கே சந்தித்தேன். 'டாக்மார்!' என்று நான் அவளை உரக்க அழைத்ததும் அவள் முகம் வெளிறிவிட்டது. இங்கே அவளுக்கு வேறு விதமான வாழ்க்கை. ஆகவே, இங்கே நாங்கள் எங்கள் நடனப் பெயர்களையே பயன்படுத்துவது என முடிவு செய்துகொண்டோம். நான் ஃபார்ச்சூனா, அவள் ஜாரியா. எங்களுக்கு இங்கே மிகவும் இளைப்பாறுதலாக இருந்தது. எங்களுக்காகவே நடன

மாடிக்கொண்டு, மற்றவர்களுக்காக அல்ல. பெல்லி நடனம்தான் புதிய யோகா. இங்கே நாங்கள்தான் ஒருவேளை மிக முதிய பெல்லி நடனக்காரர்கள். உன் பாட்டி இறந்தது குறித்துக் கேட்க வருத்தமாக இருக்கிறது. அவள் ஒரு அசாதாரணமான, தைரியசாலிப் பெண்."

"தைரியமானவள் என்று சொல்வதற்கு அவள் என்ன செய்தாள்? என்னுடைய வரலாறு வீட்டுப்பாடத்திற்காக நான் இதைத் தெரிந்து கொள்ள வேண்டும்." என்னில் பாட்டி எவ்வளவு இருந்தாள்? தைரியம் என்று சொல்லுமளவுக்கு நான் எதையாவது செய்வேனா?

"அவள் தன்னுடைய அரசியல் கொள்கைகளுக்காகச் செயல்பட்டாள்." ஃபார்ச்சூனாவின் கண்களில் நீர் நிறைந்தது. "அவளுக்கு நெருங்கியவர்கள் அவளுடன் ஒத்துப்போகாதபோதும். அது அவளுக்கு மிகவும் கடினமாக இருந்தது."

"பாட்டியினுடைய பதில்பதிவுத் தொலைபேசியில் ஏன் அவளை அழைத்தீர்கள்?" நான் கேட்டேன்.

அவளுடைய கச்சிதமான பையிலிருந்து ஃபார்ச்சூனா ஒரு உறையை எடுத்தாள். "இந்தக் கடிதம் எனக்கு வந்த பிறகு அவள் உயிரோடு இருக்கும்வரை அவளுடைய கடந்தகாலத்தைப் பற்றி எதுவும் சொல்லப் போவதில்லை என்று உறுதி அளித்தேன். இப்போது சாண்டர் கோவாக்ஸ் தன்னுடைய பெற்றோர்களைத் தேடிக்கொண்டிருக்கிறான். நான் வளர்ந்த கிராமத்திலிருந்த ஒவ்வொருவருக்கும் அவன் கடிதம் எழுதினான். அவனை எனக்கு ஒருபோதும் தெரியாது. ஆனால், அவனுடைய அம்மா இளம் வயதுப் பெண்ணாக இருக்கும்போது அவளை அறிவேன்."

"அசலான மாக்டாவா?" நான் கேட்டேன். "போலி இல்லையே?"

ஃபார்ச்சூனா தலையை ஆட்டினாள்.

"புரட்சியின் இறுதிக் கட்டங்களில் உன்னுடைய பாட்டி ஆஸ்தி ரேலியாவுக்குப் போவது என்று முடிவுசெய்தாள். ஆனால், அவள் தன்னுடைய சொந்தப் பெயரைப் பயன்படுத்தி எல்லையைத் தாண்ட

முடியாது. தேடப்படுபவர் பட்டியலில் அவளுடைய உண்மையான பெயர் இருந்திருக்கலாம். அதனால், எங்கள் கிராமத்தில் இருந்த ஒரு பெண்ணின் பெயரை 'கடன்' வாங்கிக்கொண்டாள், எங்கள் கிராமத்தில் இருந்த பெண் மாக்டா கோன்யா. அவள் விளையாட்டு வீரரான யானோஸ் கோவாக்ஸைத் திருமணம் செய்துகொண்டு பிறகு பிரிந்து விட்டாள். யானோஸ் மெல்பர்னில், ஒலிம்பிக் விளையாட்டுகளுக்குப் பிறகு தங்கிவிட்டார்."

"அசல் மாக்டாவுக்கு என்ன ஆயிற்று?" நான் பயந்துகொண்டே கேட்டேன். ஒலிம்பிக் விளையாட்டுகள் சரியான தடயமாக இருந்தது, குறிப்பாக விளையாட்டுகளைப் பற்றிய தாத்தாவின் கதைகளுக்குப் பிறகு.

"காணாமல் போய்விட்டாள்." ஃபார்ச்சூனா என் கண்களை உற்று நோக்கினாள். "உன்னுடைய பாட்டியைப் பற்றி நிறையத் தெரிந்து கொள்வதைப் பற்றி உனக்குப் பயமாக இருக்கிறதா?"

நான் சஞ்சலத்துடன் தலையை ஆட்டினேன். இது என்னுடைய கட்டுப்பாட்டுக்கு மீறிய விஷயம். எனக்குப் பயமாக இருந்தது. ஆனால், அதை வெளிக்காட்டிக்கொள்ளாமல் இருக்க முயன்றேன். என் பாட்டி உண்மையிலேயே மோசமான எதையாவது செய்துவிட்டிருந்தாள் என்பதைத் தெரிந்துகொள்ளப்போகிறேனா? "அசல் மாக்டா காணாமல் போவதற்குப் பாட்டி ஏதாவது செய்தாளா என்ன?"

இப்படி நடப்பதையெல்லாம் என்னால் நம்ப முடியவில்லை. சற்று நேரத்திற்கு முன்தான் நான் சந்தித்திருந்த ஒரு பெண்ணை என் பாட்டி யாரைவாது கொலை செய்தாளா அல்லது ஒழித்துக்கட்டினாளா என்று கேட்டுக்கொண்டிருந்தேன். நான் என்ன செய்துகொண்டிருந்தேன் என்பதை ஃபார்ச்சூனா உணர்ந்தாளா? என்னிடம் உண்மையை அவள் ஏன் சொல்ல வேண்டும்?

ஃபார்ச்சூனா தோள்களைக் குலுக்கினாள். "யாருக்குத் தெரியும்? ஒருவேளை அப்படி இல்லாமல் இருந்திருக்கலாம். அசல் மாக்டாவின் பெயரையும் அவளுடைய ஆவணங்களையும் உன் பாட்டி பயன்படுத்திக்கொண்டாள். ஏனென்றால், அசல் மாக்டா நாட்டை விட்டுப் போக விரும்பவில்லை. ஆனால், டாக்மார் விரும்பினாள். புரட்சியின் போது மனிதர்கள் தங்களுடைய நிலைப்பாட்டை மாற்றிக்கொண்டிருந்தார்கள். இங்கிருக்கும் உலகத்தைவிட வித்தியாசமானது அது. இங்கே முக்கியமாக இருப்பவை அப்போது முக்கியமாகப் படவில்லை. டிபோருடன் உன் பாட்டி சேர்ந்து அவர்கள் கைதாகும்வரை பணியாற்றிக்கொண்டிருந்தாள். ஆனால், அவள் தப்பித்துவிட்டாள், நாட்டை விட்டுப் போக வேண்டிய நிலை. போர்க்காலங்களில் ஒருவர் முடிவுகளை விரைவில் எடுப்பார். ஒருவர் போக வேண்டும் அல்லது தங்கிவிட வேண்டும். ஒரு வழியில் போனால் இறக்க வேண்டும் மற்ற வழியில் போனால் உயிர் வாழலாம். உயிர் என்பது மிகவும் மதிப்பு வாய்ந்தது. அசல் மாக்டாவுக்கு ஒரு மகன் இருந்தான், அவள் தன்னுடைய கணவனை விட்டுப் பிரிந்திருந்தாள்." ஃபார்ச்சூனா தோள்களைக் குலுக்கினாள். "ஒருவேளை அவர்கள் பரஸ்பரம் ஒப்புக்கொண்டிருக்கலாம். அல்லது டாக்மார் ஆவணங்களை எடுத்துக்கொண்டிருக்கலாம். இங்கே ஆஸ்திரேலியாவுக்கு வந்ததும் யானோஸும் புதிய மாக்டாவும் ஒன்றாக வாழ்ந்தார்கள். அந்தப் பெயரில் எல்லாமே அதிகாரபூர்வமாக இருந்தன. நேற்று இரவு தொலைக்காட்சி செய்தியில் ஹங்கேரிய அரசியல் கோப்புகள் மீண்டும் திறக்கப்பட்டன என்று இருந்தது. சில உளவுத் தகவலாளிகளின் பெயர்கள் வெளியிடப்பட்டிருக்கின்றன. ஒரு பத்திரிகை ஆசிரியராக உன் பாட்டியின் பெயர் அவற்றில் ஒன்றாக இருக்கலாம்."

"எந்தப் பெயர்?" எனக்கு எல்லாமே மிகவும் குழப்பமாக இருந்தது. என்னுடைய பாட்டி ஒரு உளவுத் தகவலாளியா? அப்படியிருந்தால் அது மிகவும் மோசம். மற்றவர்களைப் பற்றிக் கோள் சொல்வதை

விட, பொய்கள் சொல்வதைவிட, ஏமாற்றுவதையும்விட அது மோசமானது.

ஒருவேளை மற்றவர்கள் பேசாதிருக்கும்போது பேசுவதாக இருக்கலாம். அப்படியானால் அது பரவாயில்லை.

''ஹங்கேரியில் அந்தக் காலத்தில் உன் பாட்டியின் பெயர் டாக்மார் கிஸ். இங்கே அவள் மாக்டா கோவாக்ஸாக அறியப்பட்டாள் அல்லது நடனம் ஆடும்போது ஜாரியாவாக.''

''அங்கே டாக்மாராக இருந்தவளை யாரும் இங்கே மாக்டாவுடன் இணைத்துப் பார்க்க மாட்டார்கள் இல்லையா?'' இது சற்று ஆசுவாசமாக இருந்தது. அவள் உண்மையிலேயே மோசமாக எதையாவது செய்திருந்தால் இங்கிருந்ததைவிட வித்தியாசமான வாழ்க்கை அது. மனிதர்கள் மாறக் கூடுமே!

ல்யூக் இங்கே இருந்திருந்தால் நன்றாக இருக்கும். அவன் என்ன நினைக்கிறான் என்பதைச் சொல்லிவிடுவான். இங்கே திரைகளும் நகைகளும் இருந்த இடத்தில் அவனை வைத்துப் பார்க்க முடியவில்லை; இதெல்லாம் 'சின்னப் பெண்கள் விவகாரம்' என்று நினைப்பான்.

எங்களுக்குப் பின்னால் ஒரு நடனக்காரி இசைக்கு ஏற்ப அசைந்துகொண்டிருந்தாள்; தலைக்கு மேலே விளக்குகள் சுழன்றன.

கவனத்தைத் திருப்ப நான் மேஜையின் மீதிருந்த காப்புகளைத் தடவிப்பார்த்தேன். பொம்மைகள் போல. மணிகள் குலுங்கின. சிவப்பாகவும் மஞ்சளாகவும் இருந்த கற்கள் அங்கே தொங்கிக்கொண்டிருந்த கழுத்து ஆபரணங்களையும் காப்புகளையும் அலங்கரித்தன. நான் கடித்திருந்த நகங்களின் மீது பாம்பு வடிவக் காப்பை வைத்துப்பார்த்தேன். அது என்னுடைய சீருடையின் மணிக்கட்டைச் சுற்றியிருந்தது.

''உன்னுடைய சட்டையின் கைகளை மேலே தள்ளிவிட்டுக்கொள். இதை உன்னுடைய சருமத்தில் பட வைத்துப்பார்.'' ஃபார்ச்சூனா யோசனை கொடுத்தாள். ''இந்த மாதிரி நகைகள் பாட்டிக்குப் பிடிக்

கும். முகத்திரைகளுடன் நடனம் ஆடுவதும் டிரம்களின் ஒலிக்கு அசைவதும் ஒருவித விளையாட்டு.''

தயக்கத்துடன் நான் என் சீருடையின் கையை மேலே தள்ளினேன். காப்பு பார்க்கப் பிரமாதமாக இருந்தது. தொடுவதற்கு வழவழப்பாகவும் அழகாகவும் இருந்தது எனக்குப் பிடித்திருந்தது.

"தாத்தா பாட்டியை மிகவும் விரும்பினார். அவளும் அவரை மிகவும் விரும்பினாள்.'' அது உண்மை. பிறகு, தாத்தாவின் உயில் பற்றித் திருமதி டோனா என்ன சொன்னாள் என்பது நினைவுக்கு வந்தது. பிறகு எதற்குப் பாட்டி அந்தக் குடும்பப் படங்களை வேறுவிதமாக அமைத்துப் பார்த்தாள்? ஒரு மாற்று வடிவம் மாதிரி அது இருந்தது. நீங்களே உங்களுக்குத் தோன்றுவதுபோல் தீர்மானித்துக்கொள்ளுங்கள். கைவசம் இருக்கட்டும் என்று உருவாக்கப்பட்ட குடும்பப் படத் தொகுப்பை யாருக்குக் கொடுப்பதாக இருந்தாள்? சாண்டருக்கு அவனுடைய கடந்தகாலத்திற்காகவா அல்லது என் வீட்டுப்பாடத்திற்காகவும் என் எதிர்காலத்திற்காகவுமா?

"பாட்டி சில விஷயங்களை எனக்குத் தெளிவுபடுத்த ஆரம்பித்தாள், ஆனால், அது தொடரவில்லை.'' பாட்டியின் இறுதி நினைவுகள் இணையதளத் தகவல் இணையவெளியில் தொலைந்துபோனதை அவளிடம் சொன்னேன்.

"கணினிகளா! இணையம், அதுவும்! இப்படித்தான்! டாக்மார் எப்போதுமே புது விஷயங்களைச் செய்துபார்ப்பாள், நாங்கள் சிறிய பெண்களாக ஒன்றாக இருந்தபோதுகூட.'' ஃபார்ச்சூனா புன்னகைத்தாள், அவள் கண்கள் மின்னின. "ஆற்றில் நீச்சலடிப்பது, அலங்காரம் செய்துகொள்வது, இரவில் வெளியே போவது. நாங்கள் அவள் பின்னால் போவோம். அவள் கேள்விகள் கேட்பாள், மற்றவர்கள் கேட்காத சங்கடமான கேள்விகளைக்கூட. அதுதான் பிற்பாடு அவள் மாணவர்-இதழாளராக இருந்தபோது அவளுக்குப் பிரச்சினையை ஏற்படுத்தியது. அவள் தைரியமானவள்.'' ஃபார்ச்சூனா தலையை அசைத்

தாள். "விஷயங்கள் சரியாக அமையாதபோது அவள் தொடர்ந்து முயற்சி செய்வாள். போர் அவளுடைய வாழ்க்கைக்குத் தடங்கல்களை ஏற்படுத்தியது அவளுடைய தவறல்ல."

பாட்டி தைரியமானவள் என்று சிலர் நினைக்கும்போது அப்படி யில்லை என்று மற்றவர்கள் நினைத்தால் நான் யாரை நம்புவது? குடும்ப வரலாறு என்பது மற்றவர்கள் உங்களுக்குச் சொன்ன கதைகள்தானா? ல்யூக்கின் அம்மாவுக்கும் அப்பாவுக்கும் அவர்களுக்கேயான கதைகள் இருந்தன.

ஃபார்ச்சூனா விலைப்பட்டியை விரல்களால் வருடினாள்... "40 டாலர்கள்" ஒரு நிமிடம் தயங்கினாள். "இதோ, ஜாரியாவின் பேத்திக் காக நான் இதை வாங்கித்தருகிறேன்."

"வேண்டாம். நன்றி. ஆனால், என்னுடைய பாட்டியின் நடன உடை இங்கே இருக்கிறது" என்று என் பையைத் திறந்தேன்.

"அப்படியானால் நான் இதை எனக்காக வாங்கிக்கொள்கிறேன். உன் பாட்டியின் நடன உடையுடன் நீ போட்டுப்பார்க்க அதை உனக்கு இரவல் தருகிறேன். பளிச்சென்ற வண்ணங்கள் அவளுக்குப் பிடிக்கும். உடைகளை மாற்றிக்கொள்ளும் அறை இங்கே இருக்கிறது."

"என்னால் முடியாது. நடனமாட நான் இங்கே வரவில்லை." இந்த மாதிரி இடத்தில் நான் எப்படி அலங்காரம் செய்துகொள்ள முடியும்? ஃபார்ச்சூனா தன் ஓடுதடக் கால்சட்டையில் அலங்காரம் எதுவும் செய்துகொண்டிருக்கவில்லை.

"தைரியமாக இரு, ஜோயி. புது விஷயங்களை முயன்றுபார். தற் கணத்தில் இரு." ஃபார்ச்சூனாவின் கண்கள் என்னைத் தீர்க்கமாகப் பார்த்தன, ஆகவே, நான் அந்தச் சவாலை எதிர்கொண்டேன்.

உடைகள் மாற்றும் அறைகளில் என்னுடைய பள்ளிச் சீருடை களைக் கழற்றினேன். என்னுடைய பள்ளி ஷூக்களையும் கழற்றி னேன். அந்தச் சிவப்பு ஹேரம் கால்சட்டையைப் போட்டுக் கொண்டேன். எழுபது வயதான முதியவள் இதில் எப்படித் தோற்ற

மளித்திருப்பாள்! பிறகு சிவப்பு ஸ்கார்ஃபை என் தோள்களில் சுற்றிக் கொண்டேன். இடுப்புப்பட்டியில் இருந்த தங்கக் காசுகள் கிணு கிணுத்தன. அது என் இடையில் நிற்காததால் ஃபார்ச்சூனா அதை என் இடையைச் சுற்றி இறுக்கிவிட்டாள். தங்கக் காசுகள் என்னுடைய உள்ளாடைமீதும் ஒலித்தன.

நான் வேறு யாரோ மாதிரி உணர்ந்தேன். கிளிங். வெறும் காலோடு காசுகள் ஒலி எழுப்பாமல் நடக்க முடியாது. நடனமாடுபவர் ஒருவர் அங்கே இருந்தால் அவரை மறைக்க முடியாது.

" 'ஜோயி' என்றால் வாழ்க்கை என்று உனக்குத் தெரியுமா?" ஃபார்ச் சூனா யோசனையுடன் சொன்னாள். "பெல்லி நடனம் வாழ்க்கை யைப் பற்றிய நடனம். ஒரு பெண் தனக்காக நடனம் ஆடிக்கொள் கிறாள். ஒரு ஆண்கள் நிரம்பிய அவைக்காக அல்ல. மற்ற நடனங்களில் கையையும் காலையையும் வெளியே நீட்டி ஆடுகிறோம். ஆனால், இந்த நடனத்தில் நாம் நமக்குள்ளேயே செல்கிறோம், மிகவும் ஊட் டம் தரும் நடனம். எட்டு என்கிற எண் மாதிரி. வட்டங்களில். நம்மை நாமே பார்த்துக்கொள்கிறோம், நம் உடலைப் புதுப்பித்துக் கொள்கிறோம்." இது எல்லாவற்றையும் ஃபார்ச்சூனா ஒரு குறிப் பிட்ட உச்சரிப்பில் சொன்னபோது ஏதோ ஒரு வகையில் எனக்குச் சுகமாக இருந்தது. பாட்டிக்குக் கொஞ்சம் இம்மாதிரியான உச் சரிப்பு உண்டு. ஒரே கிராமம். ஒரே உச்சரிப்பு. அந்த மாதிரியான குரல் அவர்களுடைய பின்னணிகளைப் பற்றி யோசிக்கும்போது அர்த்தமுள்ளதாக இருந்தது. பாட்டியின் உச்சரிப்பு எத்தனை மொழி களில் இருந்தது என்று யோசித்தேன்.

விசித்திரம். அலங்கரிக்கப்பட்ட என்னை நான் சுவர் நிலைக்கண் ணாடியில் பார்த்துக்கொண்டேன். வேறு யாரோ வண்ணமயமான உடை அணிந்து ஒரு நாடகத்தில் நடிப்பதைப் பார்ப்பதுபோல். இசை நீண்டு ஒலித்தது. டிரம்கள் உயிர்ப்புடன் ஒலித்தன. பாட்டியினுடைய முகத்திரை என்னுடைய தலையைச் சுற்றி லேசாக ஆடியது.

‘‘இதோ, நடனம் ஆடு.’’ ஃபார்ச்சூனா தன் கையை என்னை நோக்கி நீட்டினாள். ‘‘உன்னுடைய பாட்டியின் உடையில் அவள் வாழ்க்கையின் நினைவாக. வாழ்க்கையைக் கொண்டாடு.’’

நான் தலையை அசைத்தேன். நான் ஒருபோதும் நடனம் ஆடப் போவதில்லை, இந்த அசாதாரணமான இடத்தில் இந்த முதியவள் என்னைப் பார்த்துக்கொண்டிருக்க.

‘‘தைரியமாக இரு, ஜோயி.’’

நான் அப்படி இல்லை. உடைகளைக் கழற்ற ஆரம்பித்தேன். என்னுடைய கைக்கடிகாரத்தை ஒரு சாக்காகப் பார்த்துவிட்டுச் சொன்னேன் ‘‘நான் இப்போது போக வேண்டும், ஒரு ஹாக்கிப் போட்டிக்காக.’’ அது உண்மைதான். ‘‘என்னுடைய குழு எனக்காகக் காத்திருக்கும். நான் போக வேண்டும். வருகிறேன்.’’ நான் ஹாக்கிக்கான ஆடுகளத்தை நோக்கி விரைந்தபோது, நான் எதிலிருந்தோ தப்பி ஓடிக் கொண்டிருப்பதாக உணர்ந்தேன்.

O

அன்று மாலையின் பிற்பகுதியில் ஸ்டிரீட் ஹை பி குழுவினருடன் ஒரு ஹாக்கிப் போட்டி இருந்தது. அவர்கள் மிகவும் வலுவான அணி. எங்கள் அணி ஒரு கலப்பு அணி, ஆகவே, ல்யூக்கும் நானும் சில சமயங்களில் சேர்ந்து விளையாடுவோம், இப்போதுபோல. ஜெஸ்ஸிக்கா நடுக்களத்தில் விளையாடுவாள், ஆனால், இன்று அவளுக்கு மாக்டனால்டில் பிற்பகல் பணி. ல்யூக் நடுப்பாதியில் விளையாடுவான். நான் ஜெஸ்ஸிக்காவின் இடத்தில் நடுக்களத்தில் விளையாடுகிறேன். ஆகவே, நாங்கள் இருவரும் நிறைய ஓட வேண்டும். ஜெஸ்ஸிக்கா போல், அவளைவிடச் சிறப்பாக இல்லாவிட்டாலும் என்று நினைக்கிறேன். அவள் ஆடி நான் பார்த்ததில்லை. அதனால், நான் எப்படிக் கணிக்கப்படுவேன் என்பது தெரியவில்லை.

நாங்கள் விளையாட ஆரம்பிக்கும்போது பகல் வெளிச்சம் இருந் தது. ஆனால், அந்தி விழத் தொடங்கியது, மேற்கூரை விளக்குகளைப் போட்டார்கள். ஆடுகளத்தில் குறுக்கே நிழல்கள் விழுந்தன. ஓடுவதற் குச் செயற்கைத் தளம் சரியானதுதான், வேகமாக ஓட வேண்டுமானால் என்னால் முடியும். நான் ஒருபோதும் ஒரு அணிக்குத் தலைவியாகவோ அல்லது துணைத் தலைவியாகவோ இருந்ததில்லை, ஏனென்றால், அம்மா அடிக்கடி வீடு மாற்றிக்கொண்டிருந்தாள். அதனால், அணி யிலுள்ள மற்றவர்கள் என்னைப் புரிந்துகொள்வதற்குச் சிறிது காலம் பிடிக்கிறது. முன்பு ஒருமுறை நான் ஒரு பருவம் முழுவதும் விளை யாடியபோது பயிற்சியாளர் நான் அணித் தலைவியாக இருக்க விரும்புகிறேனா என்று கேட்டார். ஆனால், அம்மா மறுபடியும் வீடு மாறப்போகிறாள் என்று சொன்னதால், அது அப்படியே முடிந்தது. எனக்குக் குழந்தைகள் இருந்தால் குறைந்தபட்சம் இரண்டு ஹாக்கிப் பருவங்களுக்காகவாவது நான் ஒரே வீட்டில் இருப்பேன்.

ல்யூக்கின் அப்பா அவனுக்குப் பயிற்சி அளிக்கிறார். இப்போதுகூட அவனுடைய ஹாக்கிச் சாதனங்களைச் சரிபார்க்கிறார். எவ்வளவு அதிர்ஷ்டம்! அவனுடைய அம்மா ஒரு ரசிகர் குழுவாக, 'ஜஸ்ட் கூரியர்ஸ்' அந்தப் பகுதியில் இருக்கும்போதெல்லாம், அல்லது எங்களைப் பயிற்சிக்காக அழைத்துச் செல்லும்போதெல்லாம் செயல் பட்டாள். அணியில் சேர்த்துக்கொள்ளலாமா வேண்டாமா என்று சிலரை முயன்றுபார்ப்பதால் சில ஆட்டக்காரர்கள் வருவதும் போவது மாக இருந்தார்கள். சிலர் தங்களுடைய பகுதி நேர வேலை காரணமாகச் சில நேரங்களில் மட்டும்தான் விளையாட முடியும். ஆகவே, நாங்கள் எப்போதும் ஒரு சீரான அணியாக இருந்ததில்லை. ஆனால், நாங்கள் கடுமையாக முயல்வோம், எனக்கு அது பிடித்திருந்தது. அடிக்கடி பிற ருக்கும் வாய்ப்புக் கொடுக்க வேண்டியிருப்பதால் எங்களுக்கு முழு ஆட்டத்திலும் பங்குகொள்ள முடியாது. இப்படி மற்றவர்களுக்கு வாய்ப்புக் கொடுப்பது நியாயமானது என்று நினைக்கிறேன். இல்லை

யென்றால், இந்தக் குழுவில் விளையாட எனக்கே வாய்ப்புக் கிடைத் திருக்காது, ஏனென்றால், இந்தப் பள்ளிக்கே கடந்த வருடம் பருவம் ஆரம்பித்த பிறகுதான் வந்திருந்தேன்.

"ஜோயிக்கு ஒரு வாய்ப்பைக் கொடுப்போம்" என்றார் பயிற்சி யாளர், "தயாரா ஜோயி?" "தயார்தான்" நான் என்னுடைய ஹாக்கி மட்டையை எடுத்துக்கொண்டு என்னுடைய கால் பட்டைகளைச் சரிசெய்துகொண்டேன். என் வாய்க்குப் போட்ட காப்பு வாயில் கசந்தது, ஆனால், ல்யூக்கின் அம்மா நான் அதைப் போட்டுக்கொள்ள வேண்டும் என்று வற்புறுத்தியிருந்தாள். பிறகு, நான் களத்துக்குள், பரிச்சயமான உற்சாகத்துடன் ஓடினேன்.

தாத்தா ஹாக்கி மட்டையை எப்படிப் பயன்படுத்துவது என்று நான் சிறு குழந்தையாக இருக்கும்போதே சொல்லிக்கொடுத்திருந்தார். என்னுடைய உயரத்திற்கு ஏற்றவாறு சிறிய மட்டை ஒன்றை, நான் ஆறு வயதாக இருக்கும்போது, செய்துகொடுத்தார். பூங்காவில் எனக்கு அவர் பந்துகளை வீசுவார். அப்படித்தான் நான் பந்து எவ்வளவு தூரத் தில் இருந்து வருகிறது என்பதைக் கணக்கிடத் தெரிந்துகொண்டேன். ல்யூக்கின் அப்பாவும் அவன் குழந்தையாக இருந்தபோதே அவனுக்கு உதவினார். உறவினர்கள் பெரும்பாலும் அவர்களுடைய பொழுது போக்குகளை நோக்கியே நம்மை அழைத்துப்போகிறார்கள். எனக்கு அதனால், இது ஒரு பொருட்டாக இல்லை. ஹாக்கி ஒரு நேரடியான விளையாட்டு. நாம் பந்தைத் தொடர்ந்து போக வேண்டும். தேவை யிருந்தால் மற்றவர்களிடமிருந்து பந்தை எடுத்துக்கொள்ள வேண்டும். காற்று என் முடிக்குள் வீசுவது எனக்குப் பிடிக்கும், அதேபோல் எவ் வளவு வேகமாக ஓட வேண்டுமோ அவ்வளவு ஓடும்போது கிடைக்கும் முழு சுதந்திரமும் எனக்குப் பிடிக்கும். என்னால் சட்டென்று நின்று திசை மாறி அல்லது திரும்பி ஓடிக்கொண்டே இருக்க முடியும். என் பாட்டியின் மர்ம வாழ்க்கையுடன் சம்பந்தப்பட்டிருக்கலாம் அல்லது அப்படி இல்லாமலும் இருக்கலாம் என்றிருந்த பெல்லி நடனம்

போல் இல்லை. ஆனால், எனக்கு நடனமும் டிரம்ஸ்ஸூம் பிடிக்கும். அவைதான் அதன் சிறப்பான விஷயம். ஃபார்ச்சூனாவை அவசர அவசரமாக விட்டு வந்ததைப் பற்றி எனக்குக் குற்ற உணர்வு இருந்தது. …நான் தைரியசாலி இல்லை என்பது எனக்குத் தெரியும்.

"ஹாக்கி விளையாட்டுக்கு ஏற்றாற்போல் ஏதாவது இசை இருக்கிறதா?" என்று ல்யூக்கின் அருகே ஓடும்போது மூச்சிரைக்கக் கேட்டேன்.

"என்னது? இசையா? பார்வையாளர்கள் சத்தம் போடுவார்களே அதையா சொல்கிறாய்?"

ல்யூக் சிரித்தான். அவனுக்கும் மூச்சுவாங்கியது. "அதுதான் விளையாட்டுகளின் இசை." அவன் பந்துக்காகக் குனிந்து ஓடினான். எதிரணியினரின் மட்டைகளுடன் உரசினான், நாங்கள் தோற்றுப் போனோம்.

"தூக்கிவிட்டாய்*" என்று நடுவர் கூவினார்.

ல்யூக் திரும்பினான் அவன் கழுத்து சிவந்தது. மிகவும் பிரயாசையுடன் வாயை மூடிக்கொண்டான். நாங்கள் இருவரும் அணிக்காகக் கடுமையாக விளையாடிக்கொண்டிருந்தோம், ஆனால், பயிற்சியாளர் எங்களைத் தனியே எச்சரித்தது உதவாது.

பல விளையாட்டுக் குழுக்கள் கலப்புக் குழுக்களைக் கொண்டிருப்பதில்லை. அதனால்தான், அம்மா நான் இந்தக் குழுவில் இருக்க வேண்டுமென்று வற்புறுத்தினாள்.

பெண்கள் விளையாட வேண்டும் என்பதில் அம்மா ஆர்வமாக இருந்தாள், "நீ பையன்களுடன் விளையாடினால் உன்னுடைய திறமைகள் மேம்படும்" என்று அம்மா அடிக்கடி சொல்வாள்.

---

* விளையாட்டின்போது மட்டையின் எந்தப் பகுதியையும் விளையாடுபவர் தன் தோள்களுக்கு மேல் தூக்கக் கூடாது என்று ஒரு விதி முன்பு இருந்தது.

அம்மா நிறைய விளையாட்டுகளில் ஈடுபட்டாள். ஏனென்றால், அவள் குழந்தையாக இருக்கும்போதே அவளுக்கும் தாத்தா பயிற்சி கொடுத்திருந்தார். அவருக்கு எந்த விளையாட்டானாலும் பிடிக்கும். அலமாரி முழுவதும் மட்டைகளையும் கோல்களையும் பந்துகளையும் கால்ஃப் மட்டைகளையும் வைத்திருந்தார். பிறந்த நாள் பரிசாக விளையாட்டுச் சம்பந்தமான பொருள்களையே கொடுத்தார். அன்டார் டிக்காவில் கால்ஃப் விளையாடுகிறார்கள் என்று அம்மா தாத்தாவிடம் சொன்னபோது அவர் மிகுந்த உற்சாகமடைந்தார். அன்டார்டிக்கா வில் ஆஸ்திரேலியா நாளன்று அம்மா ஒருமுறை கால்ஃப் விளையாடி யிருக்கிறாள். பனிக்கட்டியில் செருகப்பட்ட விக்கெட்டுகளை வைத்து கிரிக்கெட் விளையாடியிருக்கிறாள். தாத்தா அதைக் கேட்டால் மிகவும் சந்தோஷப்பட்டிருப்பார். ஆனால், அதற்குள் அவர் இறந்துவிட்டார். ‘‘சொர்க்கத்தில் விளையாடுவதற்கு’’ என்றாள் டோனா. ஆனால், தாத்தாவின் மரணத்தைப் பற்றிப் பாட்டி அப்படி நினைக்கவில்லை. அவள் நம்பிக்கைகளில் சொர்க்கத்துக்கு இடமில்லை. நான் ஹாக்கித் தளத்தின் குறுக்கே ஓடிக்கொண்டிருந்தபோது இந்த எண்ணங்க ளெல்லாம் என் தலைக்குள் ஓடின.

ஸ்ட்ரீட் ஹை பி குழுவினருடனான பந்தயத்தைப் பற்றி என்ன சொல்வது? பந்து எங்கள் வசம்தான் அதிகம் இருந்தது, நாங்கள்தான் அதிகமான தாக்குதல்கள் நிகழ்த்தினோம், பந்தை அதிகம் அடித்தது நாங்கள்தான், ஆனால், கோல்களெல்லாம் அவர்களுடையது. எதிரணி எங்களை நான்குக்கு பூஜ்ஜியம் என்ற கணக்கில் தவிடுபொடியாக்கியது. அவர்கள் தங்களுடைய முதல்நிலை குழுவை அனுப்பாதது நல்லது தான். நாங்கள் இன்னும் அதிகமாகப் பயிற்சிகள் மேற்கொள்ள வேண் டும் என்று ல்யூக் கருதுகிறான். பயிற்சியாளரும். ல்யூக்கின் அப்பாவும். அவனுடைய ரசிகர் குழுவும்.

‘‘கடைசி இரண்டு ஆட்டங்களிலும் ஒரு கோல்கூடப் போட வில்லை’’ என்று ல்யூக்கின் அம்மா சொன்னாள். ‘‘ஆனால், கோல் போடுவதில்தான் எல்லாமே இருக்கிறது என்பது அல்ல.’’

"துரதிர்ஷ்டவசமாக நீங்கள் ஒரு மோசமான கட்டத்தில் இருப்பது போல் தெரிகிறது" என்றார் ல்யூக்கின் அப்பா.

"விளையாட்டில் எங்கள் கைதான் ஓங்கியிருந்தது. நாங்கள் நன்றாக வியூகம் அமைத்தோம்..." ஏதோ அறிக்கையை ஒப்பிப்பதுபோல் ல்யூக் சொன்னான். ஒருவிதத்தில் அப்படித்தான். ஏனென்றால், அவனுடைய அப்பா வேலை காரணமாக ஒரு போட்டியைப் பார்க்க முடியவில்லை என்றால் ல்யூக்கிடம் இந்த மாதிரியான அறிக்கையைத்தான் கேட்பார்.

"ஆக, பிரச்சினை என்ன என்று கண்டுபிடித்துவிட்டீர்களா?" என்று ல்யூக்கின் அப்பா கேட்டவாறே ல்யூக்கின் ஹாக்கி மட்டையைப் பரிசோதித்துப்பார்த்துக்கொண்டிருந்தார். அதைச் சற்று ஒக்கிட வேண்டியிருந்தது.

"ஆமாம்" என்று சொன்ன ல்யூக் "எதிரணி எங்களைவிட அதிக கோல் போடுகிறது."

"ஒருவேளை ஹாக்கி தேவதை அடுத்த வாரம் வருவாளாக இருக்கும்." அவன் அப்பா சிரித்துக்கொண்டே சொன்னார்.

"சரிதான்" என்றான் ல்யூக். "அது பல் தேவதையாக இல்லாமல் இருந்தால் சரி. என்னுடைய பல்லை மீண்டும் யாரும் உடைக்க வேண்டாம்."

"நான் இதை ஆமோதிக்கிறேன்" என்று ல்யூக்கின் அம்மா சொன்னாள். "ஒவ்வொரு முறை உன்னுடைய ஹாக்கிச் சந்தாவைக் கட்டும் போதும் அந்தப் பல் மருத்துவருக்கு வாயெல்லாம் சிரிப்பாக இருக்கிறது. இந்தப் பல் விவகாரத்தில் அவர் அதிகம் சம்பாதிக்கிறார் என்பது தெரிகிறது. நீங்கள் எல்லாரும் வாய் நிறைய பணம் வைத்திருப்பவர்கள்."

"வாய்க் காப்புகளின் விலைகளும் கூடிவிட்டன" என்றார் ல்யூக்கின் அப்பா.

"இருந்தாலும் அவை அவசியம்தான்" என்றாள் ல்யூக்கின் அம்மா. "நான் போட்டியின்போது கேட்டவரை சில வாய்கள் தாங்கள் என்ன சொல்கிறோம் என்பதில் இன்னும் ஜாக்கிரதையாக இருக்க வேண்டும்."

"ஹா, ஹா" என்றான் ல்யூக். ஆனால், உண்மையிலேயே அவன் அந்த அர்த்தத்தில் சொல்லவில்லை. அவன் விளையாட்டைப் பற்றி, குறிப்பாக அவன் நன்றாக விளையாடிய பிறகு பந்தயத்தைப் பற்றிச் சற்று வெறுப்புடன் இருந்தான்.

"போன முறை நாம் ஸ்டிரீட் ஹை பியுடன் விளையாடியபோது ஜெஸ்ஸிகா சில கோல்களைத் தடுத்து நிறுத்தினாள்" என்று சொன்ன ல்யூக், அவனுடைய மட்டையை எடுத்து அதன் மரத்தைத் தடவிப் பார்த்தான். "இதைச் சரிசெய்துவிடலாம் என்று நினைக்கிறேன்."

எனக்குப் பதிலாக அணியில் ஜெஸ்ஸிகா இருந்திருந்தால் ஒரு வேளை அவர்களுடைய விளையாட்டு இவ்வளவு மோசமாக இருந்திருக்காதோ?

மூவரையும் நான் பார்த்தேன். அவர்கள் ஒரு குடும்பம். நான் ஒரு உதிரி. நான் ஒரு போலிக் குடும்பத்தின் ஒரு பகுதி. என்னுடைய அடையாளத்தைப் பற்றி எனக்கு நிச்சயம் இல்லை.

O

9

மோசடி

இன்று காய்கறிகளைச் சீவி நறுக்குவது என் முறை. சக்கரை வள்ளிக்கிழங்கு. பூசணி. கேரட். வெங்காயம். இதை நான் பொருட்படுத்தவில்லை. ஏனென்றால் நான் ல்யூக் குடும்பத்தில் ஒருவளாக இருந்தேன் என்பதை இது காட்டிற்று. கேரட்டுகளை நறுக்கும்போது கத்தி நழுவிற்று. கேரட்டுகளின் மீது ரத்தம் வேகமாகப் படிந்தது. என் கையை விலக்கினேன், ரத்தம் தரையில் சொட்டிற்று.

"ஐயோ! நான் இப்போதே சைவத்திற்கு மாறப்போகிறேன்!" ல்யூக் சொன்னான்.

"மருந்துப் பெட்டியிலிருந்து ஜோயிக்கு ஒரு பிளாஸ்திரியைக் கொண்டுவா" என்றாள் அவன் அம்மா.

என்னிடம் அவ்வளவு ரத்தம் இருந்தது என்று நான் நினைக்கவில்லை. உடம்பில் இவ்வளவு விஷயங்கள் இருந்து நாம் அவற்றைப் பற்றி நினைக்காதபோதுகூட அவை செயல்பட்டுக்கொண்டிருக்கின்றன போலும். நம் உள்ளுறுப்புகளை, செல்களை, தசைகளைக் காப்பதற்கு சருமம் இருப்பது போல. அவை வேலை செய்வதை நிறுத்திவிடும்போது நாம் இறந்துபோகிறோம், பிறகு நாம் எதைப் பற்றியும் நினைக்க மாட்டோம். நம் மூளையின் செல்களும் யோசிக்காது. ஏனென்றால், அவையும் செயல் இழந்துவிட்டிருக்கும், உங்களுக்கு சொர்க்கம் போன்ற விஷயங்களில் நம்பிக்கை இருந்தாலொழிய. பாட்டிக்கு நம்பிக்கை இல்லை. அம்மாவுக்கும். ஆகையால் நானும் இதைப் பற்றி இதற்கு முன்னால் யோசித்ததில்லை.

ஆனால், பாட்டி இப்போது எங்கே இருப்பாள் என்று நினைத்தேன். பெல்லி நடன ஸ்டூடியோவில் நிச்சயம் இல்லை.

இரவு வெகு நேரம் கழித்து நாங்கள் சாப்பிட்டோம். ல்யூக் சொன்னான் "வேக வைக்கப்பட்ட கேரட்டுகள் உண்மையிலேயே மிகச் சிவப்பாக இருக்கின்றன, யாரோ கொலைசெய்துவிட்ட மாதிரி."

"ல்யூக்!" அவன் அம்மா கண்டித்தாள்.

சற்று நேரம் கழித்து புஸ்ஸுக்குத் தீனி போட்டுக்கொண்டிருந்த போது 'என் மரணத்திற்கு முன் திறக்கக் கூடாது' உறையை என்னுடைய பையிலிருந்து எடுத்து அவனிடம் காட்டினேன். "சில மாதங்களுக்கு முன் பாட்டி சில மருத்துவப் பரிசோதனைகளைச் செய்துகொண்டிருக் கிறாள். ஏதோ உயிரி அல்லது வேறு ஏதாவது ஒன்றோ. அந்த மருத்துவர்கள் பாட்டியினுடைய மாதிரிகளை வைத்திருப்பார்கள் என்று நினைக்கிறாயா? அல்லது மருத்துவமனையில்?"

"அவர்கள் அப்படி வைத்திருந்தால் உன்னுடைய DNAயுடனோ அம்மா கேட்டினுடைய DNAயுடனோ ஒப்பிட்டுப்பார்க்கலாம் என்று நினைக்கிறாயா? அல்லது சாண்டர் DNAயுடனோ... அல்லது..." ல்யூக் பூனைக்கான தீனியை அதனுடைய பாத்திரத்தில் ஸ்பூனால் எடுத்துப்

போட்டான். புஸ் அதில் அக்கறை காட்டாததுபோல் பாவனை செய்தது. எப்போதும்போல்.

''அது மாதிரி ஏதாவது.'' என்னுடைய முதுகுப் பையிலிருந்து காதல் கடிதங்களை எடுத்தேன். கடிதத்தின் அடியில் இருந்த கிறுக்கலை டிபோர் என்று ஒருவாறு ஊகித்திருந்தேன். பாட்டிக்கு டிபோர் அவ்வளவு முக்கியமான நபராக இருந்தால், ஒருவேளை என்னுடனும் அவருக்குத் தொடர்பு இருக்குமோ? ஆனால், கையெழுத்து, படிப்பதற்கு மிகக் கடினமானதாக இருந்தது. மேலும் அது வேறு மொழியில் இருந்தது.

''நம்முடைய குளிர்பதனப் பெட்டியிலிருக்கும் உணவுப் பொருள்களில் இந்தத் தேதிக்குள் பயன்படுத்த வேண்டும் என்று குறிப்பிட்டிருக்கும். செல்களும் அம்மாதிரியே என்றும், அவை சில நாட்கள்தான் இருக்கும் என்றும் நினைக்கிறாயா?'' அந்தப் பூனைத் தீனி ஒருவித நாற்றமடித்தது, ஏதோ அது நீண்ட நாட்களாகத் திறந்துவைக்கப்பட்டிருந்ததுபோல. இதனால் ஒருவேளை புஸ்ஸுக்கு அந்தத் தீனி விஷமாகப்போகிறதோ என்னவோ.

''அப்படி நினைக்கவில்லை. திரு. நோயலிடம் நாளை கேட்போம்.'' காலி டப்பாவை ல்யூக் கால்களால் நசுக்கிக் குப்பைத்தொட்டியில் எறிந்தான்.

''அன்டார்டிக்காவுக்குப் போவதற்கு முன் கேட் ஒரு ரத்தப் பரிசோதனை செய்துகொண்டிருந்தாள். அவளுடைய ரத்தம் தாத்தாவின் ரத்தத்திலிருந்து வேறுபட்டிருந்தது.''

'அதிசயப் பூனை புஸ்' என்று எழுதப்பட்டிருந்த ஒரு கிண்ணத்தில் ல்யூக் கொஞ்சம் பாலை ஊற்றினான். ''அதனால் என்ன? என்னுடைய ரத்தம் என்னுடைய பெற்றோரின் ரத்தத்திலிருந்து வேறுபட்டிருக்கிறது. அப்படித்தான் இருக்கும். புஸ், வந்து இதைக் குடி அல்லது பார்க் உன்னைப் பார்க்க வரும்போது ஓடுவதற்கு உனக்குத் தெம்பிருக்காது.''

''அவன் வந்தால்'' என்று நான் சொன்னேன். பாவம் பார்க், அவனை யாரும் நடக்கக் கூட்டிக்கொண்டு போகவில்லை, திருமதி டோனா

அதைச் செய்திருந்தாலொழிய. ஆனால், அவள் அப்படிச் செய்திருக்க மாட்டாள்.

ல்யூக் அவ்வளவு அதிர்ஷ்டக்காரன். தன்னுடைய குடும்பத்தைச் சேர்ந்தவர்கள் யாரெல்லாம் என்று அவனுக்குத் தெரியும். அந்த முட்டாள் பூனைக்குக்கூட.

"டிபோர், கேட்டின் அப்பாவாகவும் என்னுடைய தாத்தாவாகவும் இருந்திருக்க முடியும் என்று நினைக்கிறாயா?" நான் நினைத்துக்கொண்டிருந்த கேள்வியை ல்யூக்கிடம் கேட்டேன். "ஆனால், அவருடைய DNAயை நான் பரிசோதித்துப் பார்க்க முடியாது." ஃபார்ச்சூனா என்னுடைய எல்லாக் கேள்விகளுக்கும் பதில் சொல்லாததிலிருந்து இதைப் பற்றி நினைத்துக்கொண்டிருந்தேன். "இந்தக் கடிதங்களை நான் படிக்கவில்லை... படிக்க முடியவில்லை, ஏனென்றால் அவை ஹங்கேரிய மொழியிலிருந்தன."

"அதனால் எல்லாமே மாறிவிடுமா?" கண்களைச் சுருக்கி ல்யூக் கடிதக் கட்டைப் பார்த்தான். "உன்னுடைய தாத்தா இங்கே இருந்தார். உனக்காக அவர் எல்லாவற்றையும் செய்தார். உன்னுடைய தாத்தா மாதிரி இருந்தார். வேறு என்ன வேண்டும் உனக்கு?"

O

"நாம் நேசிக்கும் ஒருவர் இறந்துபோகும்போது நாம் ஒரு வெறுமையை உணர்வது இயல்புதான்" என்று ல்யூக்கின் அம்மா, துவைத்த துணிகளை மடித்தவாறு சொன்னாள். துணிகள் துவைக்கும் இடம் இன்னும் முழுமையாகச் சரிசெய்யப்படாமல் இருந்தது. ஏனென்றால், அவர்களுடைய 'உண்மையான' வேலைகளுக்கிடையில் வீட்டைத் திருத்தியமைக்கும் வேலைகளைச் செய்ய வேண்டியிருந்தது. அலமாரிகளில் கதவுகள் இல்லை, ஆகையால், எவ்வளவு கச்சிதமாகச் சலவைத் தூளும் மற்ற சலவைப் பொருள்களும் அடுக்கப்பட்டிருந்தன

என்பதைப் பார்க்க முடிந்தது. அவர்களுடைய கோட்டுகளும் தொப்பி களும் முளைகளில் மாட்டப்பட்டிருந்தன. விளையாட்டு ஷூக்கள் அலமாரியின் மீது சுத்தப்படுத்துவதற்காகக் காத்திருந்தன. ல்யூக் அப்பா வின் பணி-மேலுடை குளிக்கும் இடத்தில் நீர் வடிவதற்காக மாட் டப்பட்டிருந்தது. ஒரு இரவு நான் சரியாகப் பார்க்காமல் அதன்மேல் தடுக்கிவிழுந்து, அது ஏதோ பேய் என்று நினைத்து மிகவும் பயந்து போனேன். சலவை செய்திருந்த விரிப்புகளை மடிக்க நான் உதவி னேன், ஏனென்றால், என்னுடைய ஹாக்கி உடைகள் வார்ன் உடை களுடன் சலவை இயந்திரத்தில் காய்வதற்காக இருந்தன. ல்யூக்கின் அம்மா என்னுடைய ஹாக்கிக் காலுறைகளை ஒரு பந்துபோல் சுருட்டி, ‘‘பிடி’’ என்று சொன்னாள். நான் அவற்றைப் பிடித்தேன். ‘‘பிடித்து விட்டேன்’’ என்றேன் நான். ல்யூக்கின் அம்மா பந்து வீசுவதில் திறமையானவள். ல்யூக் பிறப்பதற்கு முன் அவள் மென்பந்து விளை யாடியிருந்தாள்.

‘‘உன்னுடைய சோக நினைவுகளைப் பிடிப்பதைவிட இது சுல பம்.’’ அவள் மணம் வீசிய, காய்ந்த துணிகளைப் பிரித்துக்கொண் டிருக்கும்போது வேறு பக்கம் திரும்பியிருந்தாள். ‘‘என்ன நடக்கிறது என்பதை எப்போதும் நம்மால் கட்டுப்படுத்த முடியாது, ஆனால், உன்னுடைய எண்ணங்களையும் அவற்றுக்கு எப்படி எதிர்வினையாற்று வது என்பதையும் கட்டுப்படுத்த முடியும், அதைப் பற்றிப் பேசுவது சில நேரம் உதவியாக இருக்கும். ல்யூக்கிடம் பேசுவது உனக்கு உதவியாக இருக்கிறதா?’’

நான் என் ஹாக்கி ஷூக்களிலிருந்து மண்ணைத் தட்டிக்கொண் டிருந்தேன்.

‘‘ஆமாம்’’ ஆனால், அதைப் பற்றி எனக்கு ஒரு நிச்சயமில்லை. பாட்டி இறந்தது எளிதல்ல. எதைப் பற்றி நான் வருத்தப்பட வேண்டும் என்பது எனக்குத் தெரியவில்லை—அவள் உண்மையிலேயே மறைந்து விட்டாள் என்பதைப் பற்றியா அல்லது அவள் எந்த மாதிரியான

மனுஷியாக இருந்தாள் என்பதைப் பற்றியா. ஒருவேளை ல்யூக்கின் அம்மாவுக்குப் பதில் தெரிந்திருக்கலாம். என் அம்மாவிடம் பேசுவதை விட ல்யூக்கின் அம்மாவுடன் பேசுவது எளிது; உங்களைப் பற்றிப் பிறகு சில பெற்றோர்கள் செய்வதுபோல வம்பளக்க மாட்டாள். நான் சொன்னது அவளிடமே இருக்கும் என்று எனக்குத் தெரியும்.

"உங்களுக்கு மிகவும் நெருங்கியவர்கள் யாராவது எப்போதாவது இறந்திருக்கிறார்களா?" ஷூவைச் சுத்தம் செய்யும் பெட்டியிலிருந்து இன்னொரு ப்ரஷ்ஷை எடுத்தவாறே நான் கேட்டேன். எந்தச் சலவைத் தூள் சலுகை விலையில் கிடைத்தாலும், ல்யூக்கின் அம்மா அதை வாங்கி வைத்துவிடுவாள். அவள் இந்த நூற்றாண்டுக்கும் வரப்போகும் நூற்றாண்டுக்கும் சேர்த்து மொத்தமாக வாங்கியிருப்பாள். அவர்களுடைய துணி வெளுக்கும் இடம் இவ்வளவு அடைசலாக இருப்பது வியப்பல்ல.

"எனக்கு இருபது வயதாகும்போது என்னுடைய அப்பா இறந்து போனார். இருபது வயதில் ஒருவர் வயது வந்தவராக இருப்பார் என்று நினைக்கலாம். ஆனால், இறந்தது அப்பாதான் இல்லையா? பல ஆண்டுகள் நான் என்னுள் வெறுமையை உணர்ந்தேன். மறுபிறவியில் என் குடும்பத்தினருக்கு நம்பிக்கை இருக்கிறது; அப்படியிருந்தால் எல்லாமே சற்று எளிதுதான். ஏனென்றால், நமக்காக ஒவ்வொன்றுமே கவனித்துக் கொள்ளப்பட்டிருக்கும்."

"சொர்க்கத்துக்குப் போகிற சமாச்சாரமா?"

அவள் புன்னகைத்தாள். "என் அப்பாவுக்கு அதில் நம்பிக்கை இருந்தது. எனக்கு இல்லை. இப்போது இருக்கும் வாழ்க்கைதான் நமக்குக் கொடுக்கப்பட்டிருக்கும் ஒன்றே ஒன்று என்று நினைக்கிறேன். ஆகவே, இப்போது மற்றவர்களுக்கு என்ன செய்ய முடியுமோ அதைச் செய்தாக வேண்டும். வாழ்க்கை என்ற வங்கியில் வைப்புத் தொகைகளை வைத்து விட்டு சொர்க்கத்திற்குப் போன பிறகு அவற்றை எடுத்துக்கொள்ளலாம்

என்பதுபோல அல்ல. இங்கே இருப்பது ரொக்கப் பரிவர்த்தனைப் பொருளாதாரம்.''

நான் புன்னகைத்தேன். ல்யூக்கின் அம்மா சொந்தமாகத் தொழில் புரிபவள் என்பதை எவருமே சொல்லிவிட முடியும்.

''சொர்க்கத்துக்குத் தனியார் அஞ்சல் சேவை எதுவும் கிடையாதா?''

''இல்லை. முகவர்கள்கூட இல்லை. இதோ இந்த முனையைப் பிடி.''

அவள் 'டூனா' மெத்தை உறையை நீட்டி அதன் உள்புறங்களில் உதிரிக் காலுறைகள் ஏதாவது இருக்கிறதா என்று பார்த்தாள். வார்ன் குடும்பத்தினருடன் நான் வசிக்க ஆரம்பித்ததுவரை மெத்தை உறை முனைகளில் உதிரிக் காலுறைகள் மறைந்திருக்கும் என்பது எனக்குத் தெரியாது.

''ஹாக்கிப் பயிற்சிக்குப் போ, உன் பாட்டியைப் பற்றி வருத்த மாக இருந்தால். உடற்பயிற்சி உதவும். சிலர் சாக்லேட்டை அதிகம் சாப்பிடுவார்கள், ஆனால், சீக்கிரமே அது களைப்பைத் தரும். இசை யும் உதவும். என்னுடைய வாக்மேனை வேண்டுமானால் எடுத்துக் கொள், உனக்குத் தூங்குவதற்கு அது உதவினால். எண்ணங்கள் ஒன் றையே சுற்றிச்சுற்றி வருவதிலிருந்து அது தடுக்கும். சிரிப்பதுகூட உத வும். நீ தொலைக்காட்சியில் ஒரு கேலிப் படத்தைப் பார்த்தாலும் சரி.''

'' **'காணாமல்போன மில்லியன்கள்'** உதவாதா?'' என்று நான் கேட் டேன். ல்யூக்குக்கு அது மிகவும் பிடிக்கும்.

அவனுடைய அம்மா சிரித்தாள்.

''வேண்டுமானால் நீ தோட்டத்திற்குப் போய்க் களையெடு, மலர் களை முகர்ந்துபார். அதுவும் உதவும்.''

''அதனால்தான் இறுதிச் சடங்குக்கு வருபவர்கள் மலர்களைக் கொண்டுவருகிறார்களா?'' நான் கேட்டேன். இறந்துபோனவர்கள் பூக்களை முகர்ந்துபார்க்க முடியாதபோது மலர் விற்பனையாளர்கள்

தான் லாபம் அடைகிறார்கள் என்று நான் காலையில் நினைத்ததை மீண்டும் நினைத்துப்பார்த்தேன்.

"ஒருவேளை இருக்கலாம். வண்ணங்களும் உதவும். அதனால்தான் தோட்டங்கள் இருக்கும் கல்லறைகளில் இறந்தவர்களை அடக்கம் செய்கிறார்கள்போல இருக்கிறது."

"'ஒருவழிப் பாதை' என்ற அடையாளங்களுடன்" என்றேன், என்னைக் கட்டுப்படுத்திக்கொள்ள முடியாமல்.

"உண்மையாகவா?" ல்யூக்கின் அம்மா மடிப்பதை ஒரு கணம் நிறுத்தினாள். அவள் உதடுகளில் லேசான புன்னகையின் அசைவு.

நாங்கள் ஒரு கணம் சேர்ந்து சிரித்தோம், எனக்குக் கொஞ்சம் ஆசுவாசமாக இருந்தது.

"ஒரு முழுமையான பேத்தியாக இருக்க வேண்டும் என்று எதிர்பார்க்காதே."

"நான் அப்படியல்ல. நான் ஒருவள்தான் பேத்தி. மற்றவர்கள் இல்லாதபோது அதைப் பற்றி எனக்கு ஒன்றும் தெரியாது."

"உன்னுடைய பாட்டி ஒரு முழுமையான பெண்ணாக இல்லாமல் இருக்கலாம், ஆனால், அதில் ஒன்றும் குற்றமில்லை. அவள் எப்படி இருந்தாளோ அப்படியே அவளை நீ நேசித்தாய். நான் சிலவற்றைச் செய்ய வேண்டுமென்று வற்புறுத்தும்போது ல்யூக் நான் ஒரு மோசமான அம்மா என்று நினைக்கிறான் என்பது நிச்சயம்..."

"பயிற்சி... விளையாட்டு ஷூக்களைச் சுத்தம்செய்வது."

"ஆமாம், அது சரிதான். உன் உணர்ச்சிகள் எப்படி இருக்கின்றன என்பதைப் பற்றி யோசிப்பதைவிட மற்றவர்களுக்காக நீ ஏதாவது செய். வழக்கமாகச் செய்வதிலிருந்து சில நாட்கள் விடுபட்டு இரு..."

"பெல்லி நடனம் போலவா?"

ஃபார்ச்சூனாவைப் பற்றியும் பெல்லி நடனத்தைப் பற்றியும் அவளிடம் சொன்னேன்.

"அந்த முகத்திரையை நான் பார்க்கலாமா?" உண்மையான அக்கறையுடன் அவள் கேட்டாள்.

"வேண்டாம்." நான் இன்னும் அதற்குத் தயாராகவில்லை. ல்யூக்கின் அம்மாவுடன் பேசியது விஷயங்களைச் சற்று இயல்பு நிலைக்குக் கொண்டுவந்திருந்தது. எதுவாக இருந்தாலும், அவள் அவனுடைய அம்மா. என்னிடம் இருந்தவற்றை எல்லாம் சொல்லிவிட நான் விரும்பவில்லை.

"அழுக்குத் துணிகள் இன்னும் ஏதாவது இருக்கிறதா?" சலவை இயந்திரத்தில் நீர் நிரம்பியது. "விஷயங்கள் மேம்பட வேண்டுமானால் நீ செய்ய முடிகிற விஷயம் மிகச் சிறியதாக இருந்தாலும் அதைச் செய்."

O

நான் குளிக்கும்போது நீராவி மேகம்போல் மேலெழுந்து ஊசிகள் போல் வெந்நீர் என்மீது விழுந்தது. என்னுடைய உடல் என்னுடைய அம்மாவிடமிருந்தும் பாட்டியிடமிருந்தும் பலவற்றைச் சுமந்துகொண்டிருந்தது. ஆனால், இந்த மரபணு லாட்டரியில் எனக்கு எவை வந்தன என்பது எனக்குப் புதிராகவே இருந்தது. நல்ல மரபணுக்களா, மோசமானவையா? எனக்கு ஒரு சகோதரனோ அல்லது சகோதரியோ இருந்தால் நாங்கள் ஒருவேளை ஒரே மாதிரி இருக்கலாம் அல்லது வெவ்வேறு மாதிரியும் இருக்கலாம். ஒருபோதும் நான் அதை அறிய முடியாது. தங்கள் மாதிரியே இருக்கிறார்களா என்பதைப் பார்க்கும் ஆவலுக்காகவா மனிதர்கள் குழந்தைகளைப் பெற்றுக்கொள்கிறார்கள் படியாக்கப்பட்டவை போல. ஒருநாள் திரு. நோயல் அறிவியல் வகுப்பில் படியாக்கத்தைப் பற்றிப் பேசினார். திரு. நோயல் தன்னைச் சுற்றி நூற்றுக்கணக்கான நோயல்கள் இருக்க வேண்டும் என்று விரும்புவார் என்று நினைக்கிறேன். சாத்தியமே இல்லை. வரிசைவரிசையாக அறிவி

யல் ஆசிரியர்கள், தாமதமாக வீட்டுப்பாடம் செய்தவர்களுக்குத் தண்டனை அளித்துக்கொண்டு. அது நமக்கு வேண்டாம்.

குழாயை முழுக்கத் திறந்துவிட்டேன். வெப்ப ஊசிகள் என் முகத்தைத் தாக்கின. என் மூக்கு வழியேயும் உடல் வழியேயும் தண்ணீர் ஓடிற்று.

என்னுடைய அப்பாவிடமிருந்தும் நான் சிலவற்றைப் பெற்றிருக்க வேண்டும். அவருடைய 'மூக்கு' மரபணு எனக்குக் கிடைத்திருந்தால் நன்றாக இருந்திருக்கும்.

O

பார்க் மண்ணைத் தோண்டுவதை நிறுத்த, அடுத்த நாள் ஹாக்கிப் போட்டிக்கு முன்னேற்பாடாக ல்யூக்கும் நானும் பார்க்கை ஒரு சிறிய ஓட்டத்துக்கு அழைத்துக்கொண்டு போனோம். பிறகு நாய் உண்டாக்கியிருந்த குழிகளை மண் போட்டு நிரப்பினோம். நாங்கள் மண் வெட்டியை மீண்டும் கொட்டகையில் வைக்கப் போகும்போது அலமாரியில் ஒரு உயிலின் நகலை ல்யூக் பார்த்தான்.

"இந்தக் கடைசி உயில்... ஓ... இது உன்னுடைய பாட்டியினுடையது அல்ல. இது ஒரு நகல், அசல் அல்ல. அழுக்கு விரல் ரேகைகள் அதன்மீது இருக்கின்றன."

"எங்கே கொடு, பார்க்கலாம்." நான் உயிலை அவனிடமிருந்து பிடுங்கினேன், இன்னொரு பெயரையோ அல்லது நபரையோ நான் பார்ப்பேன் என்ற பயத்துடன். நான் வேகமாகப் படித்தேன். யானோஸ் கோவாக்ஸ்... "ஓ, இது தாத்தாவினுடைய உயில். எல்லாவற்றையும் 'என்னுடைய மனைவி மாக்டா'வுக்கு விட்டுச் செல்கிறேன். அவர் முதல் மாக்டாவைக் குறித்தாரா? அல்லது பாட்டியையா?"

ல்யூக் மெதுவாகச் சொன்னான், "மாக்டா கோவாக்ஸ் செஞ்சிலு வைக் கணினிப் பதிவுகளில் பலமுறை தென்படுகிறாள். நேற்று இரவு

நான் பார்த்தேன். ஒருவர், ஒரு வருடத்திற்கு முன்னால். மற்றொருவர் சற்றுச் சமீப காலத்தில்.''

''தாத்தாவினுடைய வக்கீல்?''

''சாண்டரும். பதில்பதிவுத் தொலைபேசியில் ஒரு வினோத உச்சரிப்புடன் பேசினானே அவன். பாட்டி சீரமைக்கப்பட்ட புகைப் படத்தில் ஒரு பையனை இருக்க வைத்தாரே, அவன்? ஒருவேளை அவன் தாத்தாவின் மகனாக இருக்கலாம்...'' ல்யூக்கின் முகம் சற்றுச் சிவந்தது. ''அப்படியானால் அவன் உன்னுடைய மாமா? இல்லையா?''

''தெரியாது.'' நானோவினாடிக்கு எனக்கு மாமா ஒருவர் என்பதும், அம்மாவுக்கு ஒரு சகோதரன் என்பதும் பிடித்திருந்தது. பிறகு பாட்டியினுடைய சிக்கலான வாழ்க்கையைப் பற்றி யோசிக்க ஆரம்பித்தேன். சாண்டர் தன்னுடைய அம்மாவுக்குப் பதிலாக இருந்தவளைக் கண்டுபிடிக்க முயன்றானா அல்லது அவளைக் கொன்றவளையா? அல்லது என்போல் தான் யார் என்பதை மட்டும் கண்டுபிடிக்க அவன் முயன்றுகொண்டிருந்தானா?

''வல்லுநர் புரூஸைக் கேட்போம்'' என்றான் ல்யூக்.

நான் அறங்காவலரின் அட்டையைக் கண்டுபிடித்து புரூஸின் கைபேசியில் அவரை அழைத்தேன். பாட்டியின் மரணத்திற்குப் பிறகு அவளுடைய தொலைபேசியின் பில்களில் நாம் பிறரை அழைப்பது குறிக்கப்பட்டிருக்கும், ஆனால், பில்களுக்கான பணத்தை அறங்காவலர் கொடுத்துவிடுவார் என்று நினைக்கிறேன்.

''நீ உன்னுடைய பாட்டியின் உயிலைக் கண்டுபிடித்தாய் என்று சொல்லுவாய் என்று நினைத்தேன், ஜோயி. உன் தாத்தா உயிலின் பழைய நகலை அல்ல. நான் அங்கே வருவது நல்லது என்று நினைக்கிறேன். நாய் இன்னும் எதையாவது தோண்டிப்போட்டிருக்கிறதா?'' புரூஸ் கலகலப்பாகப் பேசினார், தன்னுடைய வாடிக்கையாளர்களை அவர் விரும்புவதுபோல். பிறகு, அவருடைய வாடிக்கையாளர்களில் பெரும்பாலானோர் இறந்துபோய்விட்டிருக்கிறார்கள் என்பது நினை

வுக்கு வந்தது. அதனால், அவரை நிறைய பேர் அழைக்க மாட்டார்கள். நான் ஒரு புது வாடிக்கையாளர்.

''வேண்டாம், பரவாயில்லை.'' செஞ்சிலுவைச் சங்க இணையதளத்தில் ல்யூக் தேடியதைப் பற்றி அவரிடம் சொன்னேன். ஏனென்றால், என்னுடைய பாட்டி முதல் மாக்டாவை 'தீர்த்துக்கட்டி'யிருக்கலாம் என்று நான் கவலைப்பட்டேன். போர்க் காலங்களில் பொய்யான ஆவணங்களைப் பயன்படுத்துவது பற்றியும் ஏற்கனவே ஃபார்ச்சூனா சொன்னதையே புரூஸும் சொன்னார். அவர் சொன்னது உண்மையிலேயே உதவியாக இருந்தது. ''ஒரு முறை பொய் சொல்லிவிட்டால் அதையே தொடர்ந்து சொல்லிக்கொண்டிருக்க வேண்டும்! குறிப்பாக அரசாங்கத்துடன் பிரச்சினை வரும் என்று ஒருவர் பயந்தால். ஜோயி, நீ உன் பாட்டியின் உயில் போன்ற வேறு முக்கியமான விஷயங்களைக் கண்டுபிடித்தால் நான் அதைப் பார்க்க வேண்டும். நான் பத்து நிமிடங்களில் அங்கு வருகிறேன்.''

''முக்கியமானதாக ஒன்றும் இல்லை.'' நான் தொலைபேசியை வைத்தேன். இப்போது நிறைய கேள்விகள். புரூஸ் வர வேண்டாம் என்று நினைத்துக்கொண்டேன்.

அவர் என்னுடைய பாட்டியைப் பற்றிப் பேசினார், ஏதோ சர்வதேசக் குற்றவாளியைப் பற்றி அல்ல. திரு. குடும்ப வரலாறு வல்லுநர் தவறு செய்யக் கூடும்... இல்லையா? யானோஸ் ஏற்கனவே மெல்பர்னில் **1956** ஒலிம்பிக் விளையாட்டுகளுக்காக இருந்தார். பாட்டி வந்து அவருடன் சேர்ந்துகொண்டார். ஆகவே, பாட்டி மாக்டாவின் ஆவணங்களைப் பயன்படுத்தி வந்திருக்க வேண்டும். அசல் மாக்டாவுக்கு அப்போது என்ன நடந்தது?

பத்து நிமிடங்கள் கழித்து, புரூஸ் வந்தார். பாட்டியின் உயிலை நாங்கள் எங்கேயும் கண்டுபிடிக்க முடியவில்லை. **'மரணத்திற்கு முன் திறக்கக் கூடாது'** உறையை நான் கொடுத்தேன். நான் ஹாக்கிப் பயிற்சிக்குப் போக வேண்டியிருந்ததால் மேலும் பேச எனக்கு நேரமில்லை.

ஒருவேளை நானும் எல்லாவற்றிலுமிருந்து ஓடிப்போய்க்கொண்டிருக்கிறேனோ என்னவோ. ஏற்கனவே ஹாக்கிப் பயிற்சியில் மூச்சிறைக்க நிறைய ஓடியாகிவிட்டது.

O

"ஆஆஆஆஆஆ, ஊஊஊஊ''

பார்க் சிணுங்கிக்கொண்டிருந்தது, ஏதோ பலமாக அடிபட்டுவிட்டதைப்போல். வேலிக் கம்பிகளுக்கிடையே அதனுடைய கால் சிக்கிக்கொண்டு மோசமாக ரத்தம் வழிந்துகொண்டிருந்தது. காயம் பெரிதாக இருந்தது.

"திருமதி டோனா!'' நான் கூவினேன்.

ஆனால், அவள் வீட்டில் இல்லை. இருந்திருந்தாலும் குனிந்து நாயை வெளியே இழுக்க அவளால் முடிந்திருக்காது. நான் மட்டும்தான் அங்கே இருந்தேன். நான் சற்று முயன்றுபார்த்தேன், ஆனால், நாய்க்குத் தொந்தரவை மேலும் அதிகமாக்கக் கூடாது என்று விரும்பினேன். நாயின் வால் லேசாக ஆடியது.

நான் நாயைத் தட்டிக்கொடுத்து அதன் காலை வேலிக் கம்பிகளுக்கு இடையிலிருந்து இழுத்தேன். அது என்னைப் பார்த்துக்கொண்டே முனகியது. நான் வேறு என்ன செய்ய முடியும்?

நாயினுடைய கால் வெளியே வந்துவிட்டது. ஆனால், மிக மோசமாக அடிபட்டிருந்தது. ஒட்டுப் பிளாஸ்திரிகளை என்னால் போட முடியும். ஆனால், நாய்க்கு அது போதாது. மேலும் நான் இங்கே தனியாக இருந்தேன்.

பாட்டியிடம் கொட்டகையில் ஒரு தள்ளுவண்டி இருந்தது. அதில் நாயை வைத்து அருகில் இருந்த கால்நடை மருத்துவரிடம் எடுத்துச் செல்ல முடியும்.

"அங்கேயே இரு பார்க்." அதுவும் வேறு எதுவும் செய்திருக்க முடியாது. நான் ஓடிப்போய்க் கொட்டகையில் பார்த்தேன்.

அது அங்கே இல்லை. அக்கம்பக்கத்தார் யாரோ அதை நிரந்தரமாகவே இரவல் வாங்கிக்கொண்டிருந்திருக்க வேண்டும். பார்க்கை என்னால் தூக்கிக்கொண்டு போக முடியாது; அது மிகவும் கனமாக இருந்தது, மேலும் நிறைய ரத்தம் கொட்டிக்கொண்டிருந்தது. எப்படித் தான் அதைக் கால்நடை மருத்துவரிடம் கூட்டிக்கொண்டு போவது?

நோயாளிகளைக் கதகதப்பாக வைத்திருக்க வேண்டும். என்னுடைய முதலுதவிப் பயிற்சியிலிருந்து நான் கற்றுக்கொண்டது நினைவுக்கு வந்தது.

நான் கொட்டகையிலிருந்து ஒரு பழைய சாக்கைக் கொண்டு வந்தேன். அப்போதுதான் நாயை காரில் வைத்து அழைத்துச்செல்லலாம் என்று தோன்றியது.

பாட்டியின் கார்!

கார் கொட்டகையில் பாட்டியின் கார் இன்னும் இருந்தது. நான் சில்லறைச் சாமான்கள் போட்டிருந்த இழுப்பறையிலிருந்து கார் சாவிகளை எடுத்துக்கொண்டு, காரின் முன்கதவைத் திறந்து அதில் ஊர்ந்து உட்கார்ந்துகொண்டேன். கார் ஓட்டுவது எனக்கு நினைவிருக்கிறதா?

நல்லவேளை, கொட்டகையில் கார் வெளிப்புறத்தைப் பார்த்துச் சாலையை நோக்கி நிறுத்தப்பட்டிருந்தது.

நான் கார் ஓட்டும் வயதை எட்டவில்லை. இன்னும் L பிளேட் டுடனோ P பிளேட்டுகளுடனோகூட ஓட்ட எனக்கு அனுமதியில்லை.

ஆனால், நான் ஓட்ட முடியும். இரண்டு வருடங்களுக்கு முன் ஒரு பழைய பண்ணையில் நாங்கள் வசித்தபோது அம்மா எனக்கு கார் ஓட்டக் கற்றுக்கொடுத்திருந்தாள். எனக்கு அப்போது வயது பதின்மூன்றுதான். அவளுக்கு ஏதாவது நடந்துவிட்டால் நான் உதவி எதையாவது பெறுவதற்குப் போக வேண்டும் என்று பயந்தாள். ஆகவே, எனக்கு முதலில் ப்ரேக் போடுவதைப் பற்றியும் வேகமுடுக்கியைப் பற்றியும்

சொல்லிக்கொடுத்தாள். ஸ்டியரிங் பின்னால்தான் வந்தது. ஆகவே நான் பண்ணைப் பாதைகளில் மெதுவாக ஊர்ந்து போனேன். சில சமயம் கங்காருவைப் போல கார் குதித்துக்குதித்து ஓடும். நாம் தனியாக இருக்கும்போது தவறுகளைச் செய்வது எளிது, ஒரு வகுப்பு முழுவதுமே பார்த்துக்கொண்டிருப்பதைவிட. சில நாள் கழித்து நான் வளைவு களிலும் முனைகளிலும் எப்படி வேகமாக ஓட்டுவது என்று கற்றுக் கொண்டேன்.

ஆனால், வண்டியை எப்படிப் பின்னோக்கி எடுத்துச்செல்வது என் பதை நான் நன்றாகக் கற்றுக்கொண்டேன். ஏனென்றால், பண்ணை யில் தொடர் வண்டியை எப்படி ஓட்டுவது என்று கற்றுக்கொள்ள வேண்டியிருந்தது. இது ஏனென்றால், நாங்கள் அந்தப் பண்ணை வீட் டுக்கு வாடகை தருவதற்குப் பதிலாகப் பண்ணையைக் கவனித்துக் கொண்டிருந்தோம். பிறகு நான் பண்ணையின் சோடைகளில் ஓட்டிப் பயிற்சிப் பெற்றேன். அது அனுமதிக்கப்பட்டதுதான், நான் வெளியே போகாதவரை. சட்ட பூர்வமானதும்கூட.

"ஆஆஆ......" பார்க்கின் முனகல் இன்னும் மோசமாயிற்று.

"கொஞ்சம் சும்மா இரு, பார்க். இதோ நான் வந்துவிட்டேன்."

திருமதி டோனா அங்கு இல்லை. அண்டை வீடுகளிலும் யாரும் இல்லை. உதவுவதற்கு யாரும் இல்லை. நான் மட்டுமே. நான் தைரிய சாலியும் இல்லை. ஆனால், பார்க் பிழைக்க வேண்டுமானால் வேறு வழியில்லை.

பார்க்கைப் பாதி சுமந்தும் பாதி இழுத்துக்கொண்டும் வந்து காரில் பின்இருக்கையில் வைத்தேன். இருக்கை மீதிருந்த உறையில் ரத்தம் படர்ந்தது. நாய் இவ்வளவு கனமாக இருக்கும் என்று நான் எதிர் பார்க்கவில்லை. என் கைகளிலேயே அது இறந்துவிடும் என்று பயந் தேன். இன்னும் வேறு எவரையும் நான் இழக்க முடியாது.

கால்நடை மருத்துவரிடம் நான் ஏன் நாயை காரில் எடுத்துக்கொண்டு போக முடியாது? என்னைக் கைதுசெய்தால்? பார்க் ஒரு நல்ல நாய்; பாட்டியுடன் இருந்த கடைசிக் கண்ணி.

நான் நாயை காரில் கால்நடை மருத்துவரிடம் எடுத்துக்கொண்டு போகப்போகிறேன், சட்டத்தை மீறுவதாக இருந்தாலும். முன்வாசலின் இரண்டு கதவுகளைத் திறக்க ஓடினேன். நாயை வீட்டுக்குள் வைப்பதற்காக அவை மூடி வைக்கப்பட்டிருந்தன.

அடுத்த பத்து நிமிடங்கள் பல மணிகள்போல் தோன்றின. நாயைச் சுற்றி இருக்கை பெல்ட்டைக் கட்டினேன், சாலையில் ஏதாவது விபத்தில் மாட்டிக்கொண்டால் பாதுகாப்பாக இருப்பதற்கு. ஓட்டுநர் இருக்கையில் உட்கார்ந்து பெல்ட்டை என்னைச் சுற்றிக் கட்டிக்கொண்டேன்.

காரை இயக்கும் சாவியைப் பொருத்தினேன். இஞ்சினை முடுக்கி விட்டேன். திரும்பி நாயைப் பார்த்தேன்.

"அப்படியே இரு பார்க், உன்னைக் கால்நடை மருத்துவரிடம் அழைத்துப்போகிறேன்."

கை பிரேக்கைத் தளர்த்தினேன், கார் மெதுவாக வெளியே நகரத் தொடங்கியது. பயந்துபோய் பிரேக்கைப் போட்டேன், முன்வாசலை அணைத்தவாறு கார் ஒரு குலுக்கலுடன் நின்றது. ஒரு லேசான சிராய்ப்புதான்.

பெண்ட் தெரு கால்நடை மருத்துவ மையம் எங்கிருக்கிறது என்பது எனக்குத் தெரியும். இரண்டு தெருக்களுக்கு அப்பால். நான் நல்லவேளையாக இடதுபுறமே திரும்பிப் போக வேண்டும். எல்லா இடதுபுறத் திருப்பங்களையும் என்னால் சமாளித்துவிட முடியும்.

பாட்டியின் கார் ஒருபோதும் இவ்வளவு மெதுவாகப் போனதில்லை. நான் தெருவின் ஓரத்துக்கு ஊர்ந்துவந்தேன். மற்ற கார்கள் வராமல் இருக்கும்வரை நான் காத்திருந்தால், பெண்ட் தெரு வரும்வரை உட்புறப் பாதைக்குள் நுழைந்து, ஊர்ந்துபோய்விடுவேன். போக்குவரத்து விளக்குகள் எதுவும் இல்லை. காவல்துறையின் ரோந்து வண்டிகளும் வரக் கூடாது, யாரும் என்னை முந்திக்கொண்டு போகக் கூடாது என்று விரும்பினேன். மருத்துவ மையத்தில் வருபவர்களின் வண்டிகளை

நிறுத்திவைக்க ஒரு பெரிய இடம் இருந்தது. நான் அதில் சாலைக்கு உள்ளே தள்ளி என் வண்டியை நிறுத்த முடியும்.

''ஆ ஆ ஆ...'' பார்க்கிடமிருந்து ஒரு சிறிய முனகல் வந்தது.

''பொறு பார்க், இதோ போய்க்கொண்டிருக்கிறோம்.'' என் பாதம் வேகமுடுக்கியை அழுத்தியது. என்னுடைய பதினைந்து வயதைவிட நான் வயதானவளாகவோ அல்லது வளர்ந்தவளாகவோ மற்றவர் நினைக்கும் வண்ணம் நிமிர்ந்து உயரத்தைக் கூட்டி உட்கார்ந்துகொண்டேன். ஸ்டியரிங்கை இடதுபுறம் திருப்பியதும் கார் முன்னுக்கு நகர்ந்து, நான் தெருவை அடைந்தேன்.

''ஐயோ!'' பின்னுக்கு வரும் வண்டிகளைக் கண்ணாடியில் பார்த்த போது எனக்குப் பின்னால் ஒரு சிவப்பு நிற கார் வேகமாக வந்து கொண்டிருந்ததைப் பார்த்தேன். அந்த கார் ஏதோ கார் பந்தயத்தில் இருந்திருக்க வேண்டும் என்பதைப் போல இருந்தது. நான் வேகமாகப் போனால் அது பின்னாலேயே வரும். நான் மெதுவாகப் போனால் அது வேகமாக என்னைத் தாண்டிப் போய்விடும்.

சிவப்புப் பந்தய கார் நான் பின்னால் பார்க்க முடியாத அளவுக்கு மிக அருகில் வந்துவிட்டது, இடித்துக்கொள்ளப்போகிறோம் என்று நினைத்தேன். அதற்குள் அது வேகமாக ஓடித்து, என்னைக் கடந்து விரைந்தது.

தெரு முனையை விரைவில் அடைந்துவிட்டோம். தெருவின் மற்ற இரண்டு பாதைகளில் மற்ற கார்கள் வேகமாகப் போய்க்கொண்டிருந்தன. நான் இடது புறம் திரும்ப வேண்டும் என்று திசைகாட்டி விளக்கைப் போட்டேன். ஆனால், முன்கண்ணாடித் துடைப்பான்கள் இயங்க ஆரம்பித்தன.

தவறான ஸ்விட்ச். நல்ல வேளை முன்கண்ணாடியில் தண்ணீர் பீய்ச்சியடிக்கவில்லை.

என் இடப்பக்கம் பென்ட் தெரு என்ற அறிவிப்புப் பலகையைப் பார்க்க முடிந்தது. பண்ணைச் சாலையில் திரும்புவதைவிட இங்கே

திரும்புவது வித்தியாசமானது. ஸ்டியரிங்கைத் திருப்பினேன். நல்ல காலம், எனக்குப் பின்னால் கார் எதுவும் இல்லை. ஆனால், எனக்கு முன்னே ஒன்று உட்புறத் தடத்தில் நிறுத்திவைக்கப்பட்டிருந்தது. நான் நின்றே ஆக வேண்டும்.

இரண்டு கார்கள் தூரத்தில் நான் நிற்க விரும்பினேன், ஆனால், கொஞ்சம் அந்த காரின் அருகேயே வந்துவிட்டேன். நான் நுழைந்து போக வேண்டிய பாதையில் மற்ற கார்கள் வேகமாகப் பறந்து கொண்டிருந்தன.

நான் ஏன் பார்க்கைத் தூக்கிக்கொண்டு வரவில்லை?

நான் பிரேக்கை அழுத்தினேன். கார் நின்றது. என் பாதத்தை எடுக்காமல் வைத்திருந்தால் பிரேக் விளக்குகள் சிவப்பாக எரியும். நுழை வதற்கு இடைவெளிக்காக நாங்கள் காத்துக்கொண்டிருக்கும்போது எந்த வண்டியும் பாட்டியின் காருக்குப் பின்னால் வந்து இடித்துவிடக் கூடாது என்று விரும்பினேன்.

நான் என் பக்கவாட்டுக் கண்ணாடியில் பார்த்தேன். எனக்குப் பின்னால் ஒரு சாம்பல் நிற கார், அதற்குப் பின்னால் வேறு எதுவும் இல்லை. வலப் பக்கம் திரும்புவதற்குத் திசைகாட்டி விளக்கைத் தட்டி விட்டு, பிரேக்கைத் தளர்த்தி காரை வெளிப்புறமாக, நிறுத்திவைக்கப் பட்டிருந்த காரின் பக்கவாட்டில் இடிப்பதை ஒரு நொடியில் தவிர்த்து, வேகமாகத் திருப்பினேன்.

கால்நடை மருத்துவ மையத்தில் 'அவசரம்' என்ற விளக்கு எரிந்து கொண்டிருந்தது. புதிதாக வருபவர்கள் சாலையையும் கவனித்துக் கொண்டு, வண்டியையும் சமாளித்துக்கொண்டு, வீட்டு எண்களைத் தேடிக் கண்டுபிடிப்பது எவ்வளவு சிரமமானது என்பது அவர்களுக்குத் தெரிந்திருக்க வேண்டும். பிறகே வீட்டு எண்கள் வெள்ளை வண்ணத் தில் நடைபாதை ஓரம் எழுதப்பட்டிருந்ததைப் பார்த்தேன். இடது பக்கம் திரும்புவதற்குத் திசைகாட்டி விளக்கைப் போட்டேன். மருத் துவ மையத்துக்குள் போகும் பாதைக்குள் நுழைந்தேன். உள்ளே கார்

கள் நிறுத்திவைப்பதற்குப் பல குறுகிய இடைவெளிகளுடன் இருந்த இடத்தைப் பார்த்தேன். பாட்டியின் கார், திருமதி டோனாவின் காரைப் போல் மிகச் சிறியதாக இருந்திருந்தால் காரை நிறுத்துவது எளிதாக இருந்திருக்கும்.

என் மனத்துக்குள் என்னுடைய வேலை அனுபவப் பட்டியலின் வேலைகளிலிருந்து ஓட்டுநர்-பயிற்சியாளர் வேலையை நீக்கினேன். என்னால் அது முடியவே முடியாது.

என் அதிர்ஷ்டத்தின் முதல் அறிகுறி. நான்கு இடைவெளிகள் தொடர்ந்து காலியாக இருந்தன. அதில் நான் காரை நிறுத்த முடியும். காரை நிறுத்தினேன்.

"பிரமாதமான ஓட்டம்." நான் எனக்கே சொல்லிக்கொண்டேன். பின்இருக்கையில் நாயைத் திரும்பிப் பார்த்தேன்.

"ஓகே பார்க். மருத்துவருக்காக வரிசையில் நிற்போம்."

"ஊஃப்" பார்க் ஒலி எழுப்பி என் கையை நக்க முயன்றது. இருந்தாலும் அதன் நிலைமை மோசமாகத் தெரிந்தது. நான் காரை விட்டு வெளியே வந்ததும், காரின் பின்சக்கரம் ஒரு நிறுத்த இடைவெளியிலும் முன்சக்கரம் இன்னொரு நிறுத்த இடைவெளியிலும் இருந்ததைப் பார்த்தேன். அதைப் பற்றி இப்போது கவலைப்படவில்லை. மருத்துவ மையத்திலேயே பார்க் இருக்க வேண்டியிருந்தால் நான் பாட்டியின் வீட்டுக்கு நடந்தே போய்விடுவேன்.

O

மருத்துவ மையத்தின் சுழலும் கதவுகளைத் தள்ளிக்கொண்டு சிரமத்துடன் பார்க்கைச் சுமந்துகொண்டு போனேன்.

காத்திருப்பவர்கள் அறை முழுக்கக் காத்திருக்கும் செல்லப் பிராணிகளும் அவற்றை ஒத்த அவற்றின் உரிமையாளர்களும். முடிகள் நிறைந்த நாய்களும் முடிகள் நிறைந்த ஆண்களும். மிருதுவான ரோமத்துட

னான பூனைகளும் மிருதுவான ரோமத்துடனான உரிமையாளர்களும். பார்க்கும் நானும் தகுந்த ஜோடி இல்லை. ஆனால், என் மேலெல்லாம் பார்க்கின் ரத்தம், அது பளபளப்பாக்கப்பட்ட தரையில் சிந்தியது. நாயை ஒரு சாக்கில்தான் கொண்டுவந்தேன், இருந்தாலும் ஒரே களே பரம். ''நீ சற்று எல்லோருக்கும் முன்னதாகப் போக வேண்டும்போல் இருக்கிறது'' என்ற வரவேற்பாளர், நான் மருத்துவப் படிவங்களை நிரப்பிய பிறகு சொன்னாள். படிவங்களில் 'பார்க் கோவாக்ஸ்'. குறைந்தபட்சம் பார்க்குக்காவது அதனுடைய பெயர் தெரியும்.

''நீ கொண்டுவந்தது நல்லதாகப் போயிற்று'' என்று வெள்ளைக் கோட்டும் ஜீன்ஸும் அணிந்திருந்த மருவத்துவர் சொன்னாள். ''தையல் கள் தேவைப்படும். ஒரு இரவு இங்கே இருந்தால் நல்லது. நாளைக்கு எல்லாம் சரியாகிவிடும்.''

இது பாட்டியின் நாய் என்றும், பில்லுக்கான பணத்தைப் பிறகு செலுத்த வேண்டியிருக்கும் என்றும் சொன்னேன்.

''பரவாயில்லை. எனக்குத் தெரியும்... உன் பாட்டியை எனக்குத் தெரியும். அவருக்கு ஒரு கணக்கு இங்கே இருக்கிறது. நாய்க்கு நான் ஊசிகளைப் போட்டிருக்கிறேன். உன் பாட்டி கால்நடை மருத்துவராக ஒரு பெண் வேண்டுமென்றார்.''

பிறகு நான் வீட்டுக்கு நடந்துபோனேன். ல்யூக்கின் அப்பாவிடம் என்ன நடந்தது என்று சொன்ன பிறகு, அவர் நிறுத்திவைக்கப்பட்டிருந்த காரைக் கொண்டுவருவார். சட்டத்தை ஒரு முறை மீறி விட்டேன் என்பது எனக்குத் தெரியும். கண்காணிப்பின் கீழான P பிளேட் கிடையாது; பயிற்சி பெறுவோரின் L பிளேட்டும் கிடையாது; ஓட்டுநர் உரிமமும் கிடையாது. ஓட்டும் தகுதிக்கான வயதும் இல்லை. சட்டத்தை இரண்டு முறை மீற வேண்டாம். நான் வீட்டுக்கு நடந்தே போவேன்.

O

10

கடைசி பைட்கள்

"உனக்கு ஒரு மின்னஞ்சல் வந்திருக்கிறது" என்று ல்யூக் "இ தோ கண் டு பி டித் து வி ட் டேன்!" தொனியில் சொன்னான்.

பாட்டியின் வழக்கமான கணினித் திரைதான். ஆனால், அதைச் சுற்றி ஒரு பெரிய சிவப்பு முடிச்சு ஒன்று பாட்டியின் நடனத் திரையைக் கொண்டு போடப்பட்டிருந்தது.

"என்ன அது...?" பாட்டியின் திரையை அவிழ்த்தேன். ல்யூக்கின் நகைச்சுவை உணர்வு சற்று வித்தியாசமாகவே இருந்தது.

"இறுதி நினைவுகள் இணையதளத்தின் மின்னஞ்சலில் பாட்டி உனக்காக எழுதியதுதான். ஆனால், அது முழுவதுமாக இருக்கிறது." ஏதோ இணையப் பரிசை வென்றுவிட்டதுபோல் ல்யூக் படபடப்புடன் இருந்தான். "கணினியின் நினைவகத்திலிருந்து எடுத்தேன்."

ஏற்கனவே படித்ததைத் தவிர்த்துவிட்டு நான் ஆவலுடன் அதைத் தொடர்ந்து இருந்ததைப் படித்தேன்.

''ஜோயி...

நீ உன்னுடைய குடும்ப வரலாற்றைப் பற்றி என்னிடம் கேட்க ஆரம்பித்த பிறகு நான் உன் தாத்தாவின் புகைப் படங்களை எடுத்துப் பார்த்தேன். எல்லோரையும் உள் ளடக்கும் படியாக ஒரு பிரத்தியேகமான படம் ஒன்றை நான் விட்டுச் செல்ல வேண்டும் என்று நினைத்தேன். உன் னுடைய கடந்தகாலத்தையும் தாத்தாவினுடைய கடந்த காலத்தையும் விளக்கும் வகையில். கேட் தன்னுடைய கடைசி மருத்துவப் பரிசோதனைக்குப் பிறகு இதை என்னிடம் கேட்டாள். தாத்தாவின் ரத்தப் பிரிவு எது என்று அவள் தெரிந்துகொள்ள விரும்பினாள். அப்போது எனக்குத் தெரிந்தது, அவளும் கேள்விகள் கேட்கத் தொடங்கிவிட் டாள் என்று.

கேட் என்னுடைய மகள். டிபோர் தன்னுடைய அப்பா வாக இருக்க முடியும் என்று கவலைப்பட்டாள். அவர் அவ ளுடைய அப்பா இல்லை. யானோஸ்தான் அவள் அப்பா, உன்னுடைய தாத்தா. ''

''குடும்பப் புகைப்படங்களை நான் ஸ்கேன் செய்து கடைசியில் இணைத்தேன்'' என்று ல்யூக் சொன்னான். ''சரிதானே? உன்னுடைய அறையிலிருந்து அவற்றை எடுத்துவந்தேன்.''

திரையின் அடியில் இருந்த இரண்டு புகைப்படங்களையும் நான் பார்த்தேன். இரண்டு கோவாக்ஸ் குடும்பங்கள். இரண்டிலும் சிலர் பொதுவாக இருந்தனர். தாத்தா இரண்டு புகைப்படங்களிலும் இருந் தார். இளம் சாண்டருக்கும் சிவப்பு நிற முடி. முதல் மாக்டா சிறிய

வளாக இருந்தாள், என்னுடைய உயரமான பாட்டியைப் போல் இல்லை. பாட்டிக்கும் கேட்டலினுக்கும் பெரிய மூக்குகள். பாட்டி மூக்கின் மரபணுக்களை நான் கொண்டிருந்தேனோ என்னவோ?

''நன்றி, ல்யூக்.'' வேறு என்ன சொல்வதென்று எனக்குத் தெரிய வில்லை.

''**இறுதி நினைவுகள்** இணையதளத்தில் செல்லப் பிராணிகளுக் கான பகுதியில் உன் பாட்டி பார்க்குக்காக ஒரு செய்தி விட்டுச்சென் றிருப்பாள் என்பது நிச்சயம். அதால் படிக்க முடியாது, ஆனால், எல்லாவற்றையும் தோண்டிப்போட முடியும்.''

ல்யூக்கின் அப்பா காரையும் பார்க்கையும் கொண்டுவந்திருந்தார். பார்க் வியக்கத்தக்க வகையில் இயல்பு நிலைக்கு வந்துவிட்டிருந்தது.

இரண்டு நாட்களுக்குள் பாட்டியின் தோட்டத்தைப் பார்க் தோண் டிப்போட்டுவிட்டது, திருமதி டோனாவின் வேலிக்கு அடியில்கூட. இப்போது தன் கதவை அடித்துச் சாத்திய திருமதி டோனாவின் மூச் சிரைப்பைக் கேட்க முடிந்தது. ''இந்த நாயை நீண்ட நடைக்கு இட்டுச் செல் ஜோயி, அல்லது...''

''சரி, சரி, திருமதி டோனா.'' நாங்கள் சொன்ன அதே நேரத்தில் புரூஸூம் அங்கே வந்தார்.

''இதையும் எடுத்துக்கொண்டு போங்கள். பாட்டியின் கறுப்புப் பூ ஜாடிக்குள் இதைப் பார்த்தேன்.'' திருமதி டோனா மாக்டா கோவாக் ஸின் திருமணப் பதிவுச் சான்றிதழைக் கொடுத்தாள். ''அந்தப் பூ ஜாடி உன் பாட்டிக்கு மிகவும் பிடிக்கும், எனக்குத் தெரியும்.''

புரூஸ் அந்த ஆவணத்தை வாங்கிக் கூர்ந்துபார்த்தார். ''அசலான சான்றிதழ். *1953*. ஆனால், உன்னுடைய பாட்டியினுடையது அல்ல. உன் தாத்தா எல்லாவற்றையும் உன்னுடைய பாட்டிக்கு விட்டுச்செல்ல வேண்டும் என்றுதான் நினைத்தார். ஆனால், சட்டபூர்வமாக அவர் இன்னும் முதல் மாக்டாவைத் திருமணம் செய்துகொண்ட நிலையி லேயே இருந்தார். இந்தச் சான்றிதழ் அவர்களுடையதுதான். அதனால்

தான் உன் தாத்தா எல்லாவற்றையும் 'அவர் மனைவி மாக்டாவுக்கு' விட்டுச்சென்றபோது வக்கீல் அவருடைய முதல் திருமணச் சான்றிதழைத் தேடினார். முதல் மாக்டா உன் தாத்தாவுக்கு முன்பே இறந்துவிட்டார், ஆகையால் அவருடைய மகன் சாண்டருக்குச் சொத்துகள் போய்ச் சேரும், உன்னுடைய பாட்டி இந்த விஷயங்களையெல்லாம் சரிசெய்ய விரும்பினார்.''

புரூஸிடம் குடும்பப் புகைப்படங்களைக் காட்டினேன். ''அவள் **இறுதி நினைவுகள்** இணையதளத்தின் செய்தியில் இவற்றை இணைக்க விரும்பினாள் என்று நினைக்கிறீர்களா?''

''இருக்கலாம், நான் எல்லாவற்றையும் மொழிபெயர்த்துவிட்டேன். உன் பாட்டி கடைசியில் விஷயங்களைச் சற்று அவசரத்துடனேயே செய்திருக்கிறார்.''

''நான் எல்லாத் தகவல்களையும் பார்த்தவரையில் சாண்டர் அண்மையில் அவருடன் தொடர்புகொண்டு வீட்டில் தன் பங்கைக் கேட்டிருக்கிறார். வீட்டில் ஒரு பாதி கேட்டுக்குப் போகும், ஏனென்றால், முதல் மாக்டா உன் தாத்தாவுக்கு முன்னால் **1963**இல் இறந்துவிட்டார். உன் தாத்தாவின் சொத்தை அவருடைய இரண்டு குழந்தைகளும் சரிசமமாகப் பெறுவார்கள். புதிய ஹங்கேரியச் சட்டப்படி கோப்புகளும் புகைப்படங்களும் வெளியிடப்பட்டன, உன்னுடைய பாட்டி இதழியலாளராகவும், அரசியல் உளவுத் தகவல் கொடுப்பவராகவும் குறிப்பிடப்பட்டார். அப்போது அவர் டிபோருடன் சேர்ந்து வேலை செய்துகொண்டிருந்தார். பெயர்கள் வேறாக இருந்தாலும் புகைப்படங்களில் இருந்த பெண் ஒருத்தியே. அவளை அடையாளம் கண்டுகொள்ள முடியும்.''

பார்க் குரைத்தது. திருமதி டோனா சற்று எரிச்சலுற்றாள். ''எப்போது இந்த நாயைக் கூட்டிக்கொண்டு போக கேட் வரப்போகிறாள்?''

''இங்கே மதிப்பு வாய்ந்த ஏதாவது இருக்கும் என்று நினைக்கிறீர்களா?'' என்று ல்யூக் ஆர்வத்துடன் கேட்டான்.

பார்க் உண்டாக்கியிருந்த களேபரத்தைப் பார்த்தவாறு தலையை அசைத்தார். ‘‘இல்லை, அதற்கு வேறு எதுவும் செய்யத் தோன்றவில்லை, அதற்கு வேண்டியதெல்லாம் நல்ல நடைதான். இன்னொரு இடத்தில் புதிதாகக் குடிவந்தவரின் நாய் இந்த மாதிரி தோண்டிப்போட்டதில் முந்தைய உரிமையாளர் புதைத்துவைத்திருந்த நகைகளையும் பணத்தையும் வெளியே எடுத்தது. கடைசியில் நான் கேள்விப்பட்டதுவரை, குடிவந்தவர் ஒரு ராட்சதத் தோண்டும் இயந்திரத்தை வைத்து வீட்டின் முன்பக்கம் முழுவதையும் தோண்டச் சொல்லியிருக்கிறார்.’’

‘‘அதற்குப் பதிலாக பார்க்கை கடன் வாங்கியிருக்கலாம்’’ என்று நான் சொன்னேன்.

நாய்ச் சங்கிலியை புரூஸ் என்னிடம் கொடுத்தார். ‘‘நடந்துபோங்கள், ஹாக்கிப் பயிற்சி என்று எடுத்துக்கொள்ளுங்கள்.’’

நன்கு ஓடின பிறகு, மூச்சிரைத்தது ஆனால், நன்றாக இருந்தது. ஹாக்கி விளையாட்டு விதிகளைப் பற்றியும் நாய்ப் பயிற்சி பற்றியும் எனக்குத் தெரியும், குடும்ப வரலாறுகளைப் பற்றியல்ல.

அன்று பிற்பகல் குடும்ப வரலாறு குறித்த குறுந்தகடு ஒன்றை ல்யூக் எனக்குக் கொடுத்தான். அது எனக்குப் பயனுள்ளதாக இருந்திருக்கும், ஆனால், அவன் சொன்னான் ‘‘உனக்கு மூக்கில் வேர்த்திருக்குமே’’. என்னுடைய மூக்கு ஒரு கேலிப் பொருள் அல்ல. குறிப்பாகப் பாட்டியினுடைய மூக்கின் அளவு பெரிதானால்.

‘‘உன்னுடைய வீட்டுப்பாடத்திற்கான குடும்ப உடல்நல வரலாறு பற்றி நீயாகவே செய்து முடிக்க உதவும் ஒரு நிரல். அதற்குத் தேவையான இணைப்பை ‘இறந்தவர்களின் சங்கம்’ இணையதளத்திலிருந்து பெறலாம். அது ஒரு பிரமாதமான தளம். எல்லாத் தகவல்களும் இன்றைய நிலவரப்படி கிடைக்கும். அதில் நடனமாடும் எலும்புக் கூடுகளும் இசையும் உண்டு. வம்சாவளி வரலாற்றாளர்கள், மருத்துவத்துப்பறிவாளர்கள்கூட. குறிப்பாக, கூடுதல் கிளைகளை உடைய கலப்புக் குடும்பங்களுக்கும் மறு-குடும்பங்களுக்கும் பயனுள்ளது.

என்னுடைய பாட்டி ஒரு மர்மமான பெண்ணாக மாறியிருந்தாள். அவள் பலராக இருந்ததுபோல்... நிழல்கள்போல். கடைசியில் அந்த விஷயத்தை 'போகட்டும்' என்று விட்டுவிட்டேன். உண்மையில் அவள் யாராக இருந்தாள் என்பது எனக்குத் தெரியவில்லை.

''பாட்டியினுடைய பெயர் உண்மையிலேயே எது என்று தெரிய வில்லை'' என்று ல்யூக்கிடம் நொறுக்குத் தீனியை அசைபோட்டவாறே சொன்னேன்.

''உன்னுடைய குடும்பத்தில் ஒருவர் என்னவென்று அழைக்கப்பட் டார் என்பது அவ்வளவு முக்கியமா? அவர்கள் என்ன சொல்கிறார்கள், என்ன செய்கிறார்கள் என்பதுதானே முக்கியம்?'' ல்யூக் தொடர்ந்தான். ''உன் பாட்டி உன் பாட்டியைப் போலவே நடந்துகொண்டார். அது போதாதா? உன்னுடைய தாத்தாவைப் போல்.''

பாட்டி ஒரு வித்தியாசமான 'உயிலை' விட்டுச்சென்றிருந்தாள். ஒருமுறை நான் பெல்லி நடனம் ஆடுவேன்.

அன்றிரவு என்னுடைய படுக்கை அறைக் கதவு மூடியிருந்தது. நான் அதைத் திறந்தேன். அது சற்றுக் கனமாக இருந்தது. எப்படி? உள்பக்கம் கதவில் ஏதோ இடித்தது.

நான் கதவை நன்றாகத் திறந்தேன். கதவின் பின்புறத்தைப் பார்த் தேன். பாட்டி வரைந்த என்னுடைய உருவப் படம் அங்கு மாட்டப் பட்டிருந்தது. அது சற்றுத் தடுமாறியது. படத்தின் பின்பக்கம் குடும்ப மரம் இருந்தது. ஒட்டை விழுந்திருந்த இடத்தில் தடவினேன். அது ஒட் டப்பட்டிருந்தது.

நன்றி ல்யூக். மஞ்சள், ஊதா நிறத்தில் ''அதிசயப் பூனை, புஸ்'' டையை உனக்கு நான் செய்து தரும்வரை சற்றுப் பொறு. அதில் கணினி வைரஸ்கள் இருக்கும்!

O

11

ல்யூக்கின் எச்சரிக்கை

மறுநாள் பள்ளிக்குத் திரும்புவது சற்றுச் சோர்வாக இருந்தது. கடந்த இரண்டு வாரங்களில் குடும்பத்தைக் குறித்த பெரிய விஷயங்கள் மிக வேகமாக நடந்துவிட்டிருந்தன. பருவத்தின் முடிவில் அம்மா வீட்டுக் குத் திரும்புவாள். துருவக் கப்பல் திரும்பிவரும் தேதியை அம்மா எனக்குத் தொலைபேசியில் சொல்லியிருந்தாள். தற்போதைக்கு நான் பள்ளித் தேர்வு, வீட்டுப்பாடம் போன்ற சாதாரண வேலைகளைச் செய்ய வேண்டும். ஒரு பாட்டியை 'தொலைத்ததோ', 'கண்டுபிடித் ததோ' திரு. நோயலுக்கு ஏற்புடைய சமாதானம் அல்ல.

"உன்னுடைய அறிவியல் வீட்டுப்பாடத்தை மீண்டும் தாமதித் திருக்கிறாய் ஜோயி, நான் அதற்கான காலத்தை நீட்டித்திருந்தாலும். அதனால், நீ இன்று மாலை பள்ளியில் தங்க வேண்டும். ல்யூக், உன் னுடைய பாடம் எங்கே?"

அந்தக் கணத்தில் மேஜையின் ஓரத்தில் திரு. நோயல் வைத்திருந்த மதிப்பெண் தாள்கள் ஒவ்வொன்றாகக் கீழே விழுந்தன.

"ஹாக்கிப் பயிற்சி இருந்தது திரு. நோயல்." ல்யூக் வேகமாகப் பாய்ந்து கீழே விழுந்துகொண்டிருந்த தாள்களை ஒன்றுசேர்த்து அவரிடம், "இதோ" என்று சொல்லிக் கொடுத்தான்.

"எந்த சமாதானமும் உதவாது." திரு நோயல் அப்படித்தான். "நீ சிறந்த ஆட்டக்காரனாக இருந்தாலும் சரி."

திரு. நோயல் படியாக்கம் செய்யப்படவில்லை என்பது குறித்து எனக்கு சந்தோஷம். இல்லையென்றால் ல்யூக்கும் நானும் வாழ்க்கை முழுவதும் பள்ளியில் தங்கும் தண்டனையைப் பெற்றிருப்போம்.

நாங்கள் இருவரும் பள்ளியில் கூட ஒரு மணி நேரம் இருக்க வேண்டியிருந்ததால், பசியும் அதிகமாக இருந்ததால், போகிற வழியில் மேக்டனால்டுக்குள் நுழைந்தோம். ல்யூக் அங்கே அடிக்கடி சாப்பிட்டதால் அவன் மிகவும் அறிமுகமாகி, அதனால் பிற்பகல் பணிக்கு ஒரு வாய்ப்புக் கிடைக்கும் என்று அவன் நினைத்தான். ஆனால், அது குப்பைத் தீனியைச் சாப்பிட ஒரு சாக்கு என்று நான் நினைத்தேன். ஏனென்றால், எட்டு மணி நேரப் பணிக்குப் பிறகு அவனால் ஹாக்கிப் பயிற்சிக்கு வரவே முடியாது. அல்லது ஜெஸ்ஸிக்காவைப் பார்க்க அது ஒரு சாக்காக இருக்க வேண்டும்.

"இரண்டு வறுவல்கள்."

வறுவல்கள் சூடாக எண்ணெய் மணத்துடன் இருந்தன. நொறுக்குத் தீனிப் பைத்தியங்களால் மேக்டனால்டு நிரம்பி வழிந்தது. ஜெஸ்ஸிக்கா ல்யூக்குக்குக் கூடுதலாக ஒரு பை நிறையக் கொடுத்தாள்.

"ஹாய் ல்யூக்-வார்ம்" அவள் மிக நட்பு ரீதியான குரலில் சொன்னாள். நான் பார்வையிலிருந்து மறைந்திருக்க வேண்டும். நான் ல்யூக்கைத் திரும்பிப் பார்த்தேன். அவன் முகம் சிவந்திருந்தது. அவனுக்கு அப்படி அழைப்பது பிடிக்கவில்லை. ஆனால், ஜெஸ்ஸிக்கா எதையும்

சொல்லலாம், அவள் பிரமாதமாகப் பேசுகிறாள் என்று நினைப்பான். "ஸ்ட்ரீட் ஹை பி போட்டியைப் பற்றிக் கேள்விப்பட்டேன்."

"ஆமாம்" என்று சொன்ன ல்யூக் தொடர்ந்து "போன முறை நீ விளையாடியபோது விளையாடின மாதிரி ஆடவில்லை."

"மறுபடியும் எப்போது அவர்களுடன் போட்டி?"

"அடுத்த பருவத்தில்."

"அதற்குள் நான் அணிக்கு வந்துவிடுவேன்."

ல்யூக் மிக இயல்பாக நடந்துகொள்ள முயன்றான். அது தெளிவாகத் தெரிந்தது. "இங்கே உன்னுடைய வேலை என்னவாகும்? உனக்குப் பணம் தேவையென்று நினைத்தேன்."

"தேவைதான். ஆனால் ஹாக்கி விளையாடாமல் இருப்பது எனக்கு என்னவோ போலிருக்கிறது. குறிப்பாக அணியில் இருக்கும் பையன்களுடன்."

மேற்பார்வையாளர் அந்தப் பக்கம் சுற்றிக்கொண்டிருந்தார், அதனால் ஜெஸ்ஸிக்கா பணம் வாங்குபவர் தோரணைக்கு மாறினாள்.

"வேறு ஏதாவது வேண்டுமா? சாப்பிட அல்லது எடுத்துப் போக?"

மேக்டனால்ட் ரோபோக்கள் ஒழுங்காக வேலை செய்கின்றன என்ற திருப்தியில் மேற்பார்வையாளர் கூட்டம் இருக்கும் பகுதிக்கு நகர்ந்தார்.

"மாலைப் பணிக்கு ஆட்கள் தேவையா ஜெஸ்?" என்று ல்யூக் கேட்டான். 'அணி' என்பது அவனைத்தான் குறிக்கிறது என்றும், அவனுடன்தான் இருக்க ஜெஸ் விரும்பினாள் என்றும் ல்யூக் நினைக்கிறான் என்பதைக் கண்டுபிடிக்க ஒருவர் பெரிய அறிஞராக இருக்க வேண்டியதில்லை.

ஜெஸ்ஸிக்கா தலையை அசைத்தாள். அவளுடைய காதில் தொங்கும் பச்சைக் காதணிகள் ஆடின.

"உணவு சம்பந்தப்பட்ட வேலைகளில் இருப்பவர்கள் நகைகள் அணியக் கூடாது என்று உடல்நல, பாதுகாப்பு விதிகள் எதுவும் இல்லையா?"

நான் கேட்டேன். "இந்த இயந்திரங்களில் உன் காதணிகள் மாட்டிக் கொண்டால்?"

ஜெஸ்ஸிக்கா தோள்களைக் குலுக்கினாள். "நான் இங்கே பணம் வாங்கும் இடத்தில்தான் இருக்கிறேன். சமையல் செய்யும் இடத்தில் அல்ல."

' "அதனுடன் வறுத்த காதுகள் வேண்டுமா?" என்பதற்கு எதிராக விதி ஒன்றும் இல்லையா?' ல்யூக் கேலி செய்தான். ஜெஸ்ஸிக்கா அதைப் புரிந்துகொண்டது மாதிரி இல்லை.

"அதனுடன் வறுவல் வேண்டுமா?" என்று ல்யூக் சட்டென்று சொன்னான், "அதுதானே நீ என்னைக் கேட்பாய்."

எங்களுக்குப் பின்னால் வரிசை நீண்டுகொண்டேயிருந்தது. அங்கிருந்த இலவச நாளிதழ் ஒன்றை ல்யூக் சட்டென்று எடுத்துக்கொண்டு விளையாட்டுப் பந்தயங்களின் முடிவுகளைப் படிப்பதுபோல் பார்த்தான். ஆனால், அது வெறும் பாவனைதான். சில நேரங்களில் அவன் சரியான பைத்தியம், அவனைப் பார்த்தால் பரிதாபமாக இருக்கும். உள்ளே கடைசியில் ஒரு மேஜையைப் பிடித்தோம். பக்கத்தில் சிறுவர்களின் பிறந்தநாள் அறை இருந்தது. இந்த இடம் அவ்வளவு சுகமில்லை. ஏனென்றால், அந்த அறைக்குள் ஒரு அரை மில்லியன் ஐந்து வயதுக் குழந்தைகள் கூச்சல் போட்டுக்கொண்டிருப்பார்கள். பிறந்த நாள் சிறுவன் வாந்தி எடுத்துக்கொண்டிருந்தான்.

"இந்தா ஒரு வறுவல்" நான் ஒன்றை நீட்டினேன். "அல்லது வறுத்த காதுகள் இதனுடன் வேண்டுமா?"

ல்யூக் சட்டென்று தலையைத் தூக்கிப் பிறந்தநாள் சிறுவனைப் பார்த்தான். பிறகு வறுவலைக் கீழே வைத்தான்.

"அவளுக்காக நீ எந்த விதியை மீறுவாய்?"

"என்னது?"

"போர்க் காலமாக இருந்தால் அவள் உன்னுடைய பெண் தோழி யாக இருந்தால், உனக்கு அவள் உதவ வேண்டும் என்று நீ எதிர் பார்ப்பாயா?"

ல்யூக் அதிர்ச்சியடைந்த மாதிரி பார்த்தான். "அவள் என்னுடைய பெண்-தோழி அல்ல."

"ஓகே, இருக்கட்டும், உனக்கு ஒரு பெண்-தோழி இருந்தால், நீ ஏற்றுக்கொள்ள முடியாத ஒரு சட்டம் இருந்தால்... அவள் ஏதோ ஒரு காரணத்திற்காக நீ மீற வேண்டும் என்று நினைத்தால்...?"

"எந்த மாதிரிச் சட்டம்?"

பாதி வறுவல் வாய்க்குள் இருக்க அவன் சொன்னான் "நான் ஏதாவது எடுத்துக்கொள்வேன் அல்லது ஒன்றுமே செய்யாமல் இருப்பேன், ஆனால், நான் யாரையும் கொல்ல மாட்டேன். நான் எவ்வளவு தீவிரமாக அவளை விரும்புகிறேன் என்பதைப் பொறுத்தது அது."

"என் பாட்டி தன்னுடைய ஆண்-தோழனுக்காக அப்படிச் செய்தாள். பார்க்கை கால்நடை மருத்துவரிடம் அழைத்துச்சென்றபோது நான் சட்டத்தை மீறினேன்."

"நீ செய்தது மகா முட்டாள்தனமான காரியம் என்று அப்பா சொன்னார். அதற்குப் பதில் அவரை நீ அழைத்திருக்கலாம்."

என் முகம் சிவப்பது எனக்கே தெரிந்தது. "நீ எனக்காக அதைச் செய்வாயா?"

"எதை? சட்டத்தை மீறியதற்கு உனக்கு உதவுவதா? அல்லது நீ சட்டத்தை மீறிவிட்டாய் என்பதற்காக உனக்கு உதவுவதா? அல்லது சட்டத்திற்கு எதிராக இருந்தாலும் நான் சரி என்று நினைக்கும் ஒரு விஷயத்தை உன்னைச் செய்யச் சொல்லி உன்னைக் கேட்பதா?"

"நான் அப்படிப் பார்க்கவில்லை. சட்டம் ஊமை என்று நினைக்கிறேன். உனக்கு வயது வரவில்லை என்பதால் சில இடங்களுக்குப் போகக் கூடாது என்பதும் அல்லது பதினேழு வயதானால்தான் நீ பயில்பவர் அடையாளத்துடன் காரை ஓட்ட முடியும் என்பதும்."

"இது L பிளேட்டைப் பற்றியது அல்ல. உன்னுடைய பாட்டியைப் பற்றியது இல்லையா?"

நான் தலை அசைத்தேன்.

"வெவ்வேறு காலம், வெவ்வேறு இடம். அமைதிக் காலத்திலிருந்து போர்க்காலம் வித்தியாசமானது."

"வெவ்வேறு மனிதர்கள்."

"உன் பாட்டி நிறைய ரகசியங்களை வைத்திருந்தாள்."

"ஆமாம், பிரச்சினை என்னவென்றால் எனக்கு என்ன தெரிய வில்லை என்பது எனக்குத் தெரியவில்லை."

"அது ஒரு பொருட்டா?"

"ஆமாம், அவள் பதில்கள் கிடைக்காத நிறைய கேள்விகளை விட்டுச் சென்றுவிட்டாள். வேண்டுமென்றே அப்படிச் செய்தாளா? அல்லது கடைசிக் காலத்தில் களைத்துப்போனாளா?"

"அவளுக்கு நீ ஒரு மின்னஞ்சல் அனுப்பினால் என்ன?"

ல்யூக்கைப் பார்த்தேன் "விளையாடுகிறாயா?"

அவன் முகம் சிவந்தது. "ஆமாம், அவள் இறந்துவிட்டாள் என்று எனக்குத் தெரியும், பதிலும் சொல்ல முடியாது. நான் ஒன்றும் முட்டாள் இல்லை. ஆனால், இதையெல்லாம் எழுதுவது உனக்குச் சற்று நிம்மதியைத் தரும்."

"என்னுடைய மின்னஞ்சலுக்கு எப்படிப் பதில் கிடைக்கும், அது திரும்பி வரும் என்பதைத் தவிர?"

"அருகிலிருக்கும் இணைய மையத்துக்குப் போய் பாட்டி.com என்ற முகவரிக்கு அனுப்பு. இது ஒரு ஜோக்."

சில நேரங்களில் மற்றவர்கள் அவனை ல்யூக்-வார்ம் என்று ஏன் அழைக்கிறார்கள் என்பது நினைவுக்கு வருகிறது. வாந்தி எடுத்த பிறந்த நாள் சிறுவன் முகத்தை அவனுடைய அம்மா துடைத்துவிட்டுக்கொண்டிருந்தாள். தங்களுடைய குழந்தைகளை எல்லா நேரமும் அம்மாக்கள் விரும்புகிறார்களா என்று யோசித்தேன். ல்யூக்கின் அம்மாவுக்கு

அவனை இன்னும் மிகவும் பிடிக்கும். அவனுடைய ரசிகர் சங்கத்தில் முதல் ரசிகை அவள்தான். அவன் விஷயங்களைக் குழப்பினாலும் சரி.

"நீ அதை 'வரைவு' பெட்டியில் வைத்திருக்கலாம். அனுப்பவே வேண்டாம்." ல்யூக் அந்தப் பிறந்தநாள் குழந்தைகளைப் பார்க்காமல் இருப்பதற்கு இடம் மாறி உட்கார்ந்தான்.

உலகத்தில் இருக்கும் எல்லாப் பாட்டிகளுக்கும் ஒட்டுமொத்தமாக மின்னஞ்சல் அனுப்பும் உத்தேசம் எனக்கு இல்லை.

பதில்கள் கிடைக்காத கேள்விகளை மின்னஞ்சல் மூலம் அனுப்புவது அவ்வளவு முட்டாள்தனமான யோசனை இல்லை. என்னுடைய மண்டைக்குள் சுற்றிச்சுற்றி வருவதைவிட இணையவெளியில் அவை பயணிக்கலாம். குறைந்தபட்சம் அவற்றை அந்த வெளிக்கு எடுத்துச் செல்வேன்.

O

12

பதில் கிடைக்காத கேள்விகள்

மின்முகவரியில் நான் என்ன எழுத வேண்டும்? ஒரு முடிவுடன் நான் எழுதுகிறேன், என்பாட்டி.com.

வெறுமனே பாட்டி? அல்லது ஒன்றுமே எழுதாமல் விட்டுவிடலாமா?

இந்த அஞ்சலை நான் என்ன என்று குறிப்பிடுவேன்? 'அடிக்கடி கேட்கப்படும் கேள்விகள்' என்றா? 'தாமதமான கேள்விகள்' என்று சொல்லலாமா?

இல்லை. நான் இதை 'பதில் கிடைக்காத கேள்விகள்' என்றே குறிப் பிடுவேன்.

"ஹலோ பாட்டி,

நீ இருக்கும் இடத்திற்கு இந்த அஞ்சல் போகாது என்று எனக்குத் தெரியும். ஆனால்... சில விஷயங்களைப் பற்றி உன்னிடம் கேட்டுத்தான் ஆக வேண்டும். நீ டிபோருக்கு உதவி செய்தபோது சட்டத்தை மீறுவதாக நீ நினைத்தாயா? அல்லது ஒரு நண்பனுக்கு உதவ வேண்டும் என்பதற்காகவா? நீ செய்ததைக் குறித்து எப்போதாவது வருந்தியது உண்டா? அல்லது அந்த நேரத்தில் அப்படிச் செய்தது சரி என்று இருந்ததா?

நீ இப்போது இங்கு இருந்தால், உனக்கு வயது பதினைந்தே ஆகியிருந்தால், ஒரு நண்பனுக்கு உதவ வேண்டும் என்பதற்காக, நீ ஏற்றுக்கொள்ளாத ஒரு சட்ட விதியை மீறுவாயா?

போர்க்காலம் அவ்வளவு பெரிய வித்தியாசத்தை ஏற்படுத்துமா? அல்லது நீ இன்னும் உனக்குள் அதே மனுஷியாக இருக்கிறாயா?

எந்த அளவுக்கு நீ என்னில் இருக்கிறாய்? அம்மாவில் எவ்வளவு நீ இருக்கிறாய்? நாம் வெவ்வேறு நபர்களாக இருந்தாலும், நம்மிடம் ஒரே மாதிரி மரபணுக்கள் சிலவாவது இருக்கின்றனவா?

நாம் இருப்பது போலவே இருந்து, நம்மால் என்ன செய்ய முடியுமோ அதைச் செய்துகொண்டிருக்க வேண்டுமா அல்லது தப்பி ஓடிவிட வேண்டுமா? விலகி ஓடினால் நாம் வேறு எந்த இடத்திற்காகவாவது போகிறோமா? அல்லது வெறுமனே தப்பித்து ஓடுகிறோமா?"

நான் எழுதுவதை நிறுத்தினேன். விசைப்பலகை முழுவதும் எழுத்துகளாக இருந்தன, ஆனால், அவற்றை நான்தான் ஒழுங்காகப் பொருத்த வேண்டும்.

'அனுப்பு' என்று அழுத்தவா?

உடனேயே அது திரும்பித்தான் வரும்.

எனக்கு வேறொரு யோசனை தோன்றியது. இதனுடைய நகலை அம்மாவுக்கு அனுப்புவேன். பாட்டிக்குக் கிடைக்காவிட்டாலும் அம்மாவுக்குக் கிடைக்கும். நாங்கள் அடுத்த முறை சந்திக்கும் முன் அம்மா இதைப் பற்றி யோசிக்க நேரம் கிடைக்கும். இதற்குப் பதில் சொல்ல அம்மா விரும்பவில்லை என்றால் இந்த அஞ்சல் தனக்கு வந்ததாகவே காட்டிக்கொள்ளாமலும் இருக்கலாம்.

அந்த வார முடிவில் நான் ல்யூக்குக்கு டையைத் தந்தேன். 'அதிசயப் பூனை புஸ்' என்று அதில் இல்லை ஆனால், அது ஏதோ ஒரு வகையில் திருடப்பட்ட பூனை மாதிரி தெரிந்தது. பழைய சாமான்கள் கடையில் சில விசேஷமான பொருட்கள் இருந்தன. அதனால் அதன்மீது சில பூச்சிகளை வரைந்தேன். வைரஸ்களாகவும் அவை இருக்கலாம்.

"ல்யூக், இரண்டு பேருக்கு மின்னஞ்சல் அனுப்பி அதில் ஒருவருடைய மின்முகவரி தவறாக இருப்பதால் அது திரும்பிவந்தால் என்ன நடக்கும்? இரண்டாவது நபர் அஞ்சலைப் பெறுவாரா?"

"ஆமாம்" என்றான் ல்யூக்.

"பெரும்பாலும் அப்படித்தான்... உனக்காக விதியை மீறுவேனா என்று கேட்டாய் அல்லவா?"

"ஆமாம்."

"உனக்காகச் செய்வேன்... என்னை ல்யூக் வார்ம் என்று அழைக்காதவரை உன்னையும் பார்க்கையும் கால்நடை மருத்துவரிடம் காரில் அழைத்துச்செல்வேன்."

O